ഉഷ അശോക്

കണ്ണൂർ ജില്ലയിലെ പയ്യന്നൂർ മാഹാദേവഗ്രാമത്തിൽ യു. കെ. കുഞ്ഞിരാമ പൊതുവാളിന്റെയും കെ.വി. നളിനിയുടെയും മകൾ. പയ്യന്നൂർ, കൊല്ലം എന്നിവിടങ്ങളിൽ വിദ്യാഭ്യാസം. ഹിന്ദി സാഹിത്യത്തിൽ ബിരുദാനന്തര ബിരുദവും ബിഎഡും.

കന്നട ഭാഷയിൽ നിന്നും മഗം, ഹൃദയം കട്ട കള്ളൻ എന്നീ കഥകൾ മലയാളത്തിലേക്കു വിവർത്തനം ചെയ്തിട്ടുണ്ട്.
കാഞ്ഞങ്ങാട് കോട്ടപ്പാറയിൽ താമസം.

ഭർത്താവ് : വേങ്ങയിൽ അശോകൻ (അദ്ധ്യാപകൻ, ദുർഗ്ഗ ഹയർ സെക്കണ്ടറി സ്കൂൾ കാഞ്ഞങ്ങാട്)
മക്കൾ : ആകാശ് നമ്പ്യാർ, ആദിത്ത് പൊതുവാൾ.
ഫോൺ : 8075289485

Malayalam Language
Sravanam
(Stories)
by
Usha Ashok
♦
Published in December 2022
by Kairali Books Private Limited
Thalikkavu Road, Kannur-670 001
Ph : 0497-2761200
E-Mail : kairalibooksknr@gmail.com
♦
Cover Design
Prasanth Mangad

Price ₹ : 160.00
90/22-23/Sl.No.1398/500/NS 18.6
ISBN 978-93-93397-35-5

സ്രവണം

ഉഷ അശോക്

കൈരളി ബുക്സ്

ഉള്ളടക്കം

ഓരോ കഥയും ഓരോ ആഘോഷം പോലെ

സുകുമാരൻ പെരിയച്ചൂർ

"പ്രപഞ്ചസൃഷ്ടിയുടെ നവത്വത്തിൽ നക്ഷത്രങ്ങൾ പ്രഥമദീപ്തിയണിഞ്ഞപ്പോൾ ദേവകൾ ആകാശത്ത് സമ്മേളിച്ച് ഇങ്ങനെ പാടി. ഹാ! പൂർണതയുടെ ചിത്രം. അവികലമായ ആനന്ദം." വിശ്വകവി ടാഗോറിന്റെ വാക്കുകളാണിത്. ഓരോ എഴുത്തുകാരനും അന്വേഷിക്കുന്നത് പൂർണതയുടെ ചിത്രം തേടിയുള്ള സുഖദമായ യാത്രയാണ്. ആ സുഖദയാത്രയാണ് എഴുത്ത്. ഓരോ അക്ഷരമണിയും എഴുത്തുകാരന്റെ അന്നമാണ്. തന്റെ സർഗസൃഷ്ടിയിലൂടെ അവികലമായ ആനന്ദത്തിലേക്ക് എഴുത്തുകാരൻ പ്രയാണം ചെയ്യപ്പെടുന്നു. എഴുത്തുകാരനും വായനക്കാരനും അന്വേഷിക്കുന്നത് അവികലമായ ആനന്ദമാണ്. ആനന്ദം തേടിയുള്ള തീർത്ഥയാത്രയാണ് ഒരർത്ഥത്തിൽ എഴുത്തും വായനയും. രണ്ടും സർഗ്ഗാത്മകമാണ്.

ഒരിക്കൽ നിത്യചൈതന്യയതി പറയുകയുണ്ടായി. "നമ്മുടെ കയ്യിൽ കെട്ടിയിരിക്കുന്ന വാച്ച് കൃത്യമായ സമയം കാണിക്കുന്നു. അത് ഓട്ടോമാറ്റിക് ആയിരിക്കാം. ക്വാർട്ട്സ് ആയിരിക്കാം. എന്നാലും അതിന്റെ പിന്നിൽ ഒരു രചയിതാവിന്റെ ബുദ്ധിയിൽ ആവിഷ്കരിച്ചിരിക്കുന്ന സോദ്ദേശ്യത ഗോപനം ചെയ്തുവെച്ചിട്ടുണ്ട്." അത്തരത്തിലുള്ള സോദ്ദേശ്യതയാണ് ഓരോ എഴുത്തുകാരന്റെയും ജീവിതവീക്ഷണം. ഉഷ അശോകിന്റെ 'സ്രവണം' എന്ന കഥാസമാഹാരം സോദ്ദേശ്യതയുടെ ശീതളച്ഛായ വായനക്കാരിൽ വ്യാപരിക്കപ്പെടുന്നു.

സമകാലിക എഴുത്തുകാരിൽനിന്നും തികച്ചും വ്യത്യസ്തശൈലിയിലാണ് ഉഷാ അശോകിന്റെ രചനകളുടെ രസതന്ത്രം. പ്രണയവും ആകുലതകളും നഷ്ടങ്ങളും നേട്ടങ്ങളും ലോഭങ്ങളും ലാഭങ്ങളും പൊതുമാനദണ്ഡങ്ങളായുള്ള ഈ എഴുത്തുത്സവകാലത്ത് ഉഷ അശോകിന്റെ പ്രതിച്ഛായയിലെ കഥകളിൽ പ്രണയവും പ്രണയഭംഗങ്ങളും കാണാ

നേയില്ല എന്നത് എടുത്തു പറയേണ്ടതാണ്. പ്രണയമെന്ന നിമിഷവികാരത്തിനപ്പുറമാണ് ജീവിതമെന്ന നിരന്തരപ്രക്രിയയെന്ന് പത്തു കഥകളടങ്ങിയ 'സ്രവണ'ത്തിൽ നാം കാണുന്നു.

വിഖ്യാതശില്പി കാനായി കുഞ്ഞിരാമൻ തന്റെ പ്രശസ്ത ഗ്രന്ഥമായ 'ഞാനും ഞാനും മുഖാമുഖ'ത്തിൽ പറയുന്നുണ്ട്, "ഞാൻ തന്നെയാണ് എന്നെ വായിക്കുന്നത്" എന്ന്. ഉഷ അശോകിന്റെ കഥകൾ അവരെത്തന്നെ വായിക്കുകയാണ്. 'സീത' എന്ന കഥയിലെ ഒരൊറ്റ വാക്യം മതി കഥാകാരിയുടെ സോദ്ദേശ്യതയുടെ ആഴം മനസ്സിലാക്കാൻ. സീത എന്ന സാധാരണക്കാരിയുടെ നിശ്ചയദാർഢ്യത്തിന്റെ വാക്കുകൾ എത്ര മഹത്തരം. "പഞ്ചമിക്ക് പന്ത്രണ്ട് മക്കളുണ്ടായിരുന്നില്ലെ. എനിക്ക് ഈ ഒരു കുഞ്ഞല്ലേ ഇപ്പോ ഉള്ളൂ. വായ കീറി എങ്കിൽ ഇരയുണ്ടാവില്ലേ." വരരുചിയും പഞ്ചമിയും നമ്മുടെ പാരമ്പര്യവും സംസ്കാരവും എല്ലാം ഈ ഒരൊറ്റ വാചകത്തിലൂടെ ഉഷ അശോക് തുറന്നുകാട്ടുകയാണ്.

ലയം എന്ന കഥയുടെ തലക്കെട്ടുപോലെ മനോഹരമാണ് കഥയും. ലയത്തിലെ കാവ്യം തുളുമ്പുന്ന ഭാഷ ഏറെ ഹൃദ്യം. "അത് സന്ധ്യാനേരമായിരുന്നു. വിളക്കിൽ തിരി കത്തിച്ചതേയുള്ളൂ. അതേ തിരിനാളത്തിന്റെ പകർപ്പ് അങ്ങ് ചക്രവാളസീമയിലും കാണാമായിരുന്നു. അത് കൺചിമ്മാതിരിക്കാൻ ആകാശം പാടുപെടുന്നതുപോലെ. കടലാണെങ്കിൽ അതിനെ തന്നിലേക്കടുപ്പിക്കാൻ ശ്രമിക്കുന്നു." ഭാഷയെ എത്ര മനോഹരമായാണ് ഉഷ അശോക് വശഗതമാക്കിയിരിക്കുന്നത്.

ചക്രം എന്ന കഥയിലെ ചില ചോദ്യോത്തരങ്ങൾ നമ്മെ അത്ഭുതപ്പെടുത്തുന്നു. ചക്രത്തിലെ സുദേവ് ഗായത്രിയോട് ചോദിക്കുന്ന ഒരു ചോദ്യം നോക്കൂ "സ്വർണവർണക്കിളിയുള്ളപ്പോൾ നീ എന്തിനാണ് സാധാരണക്കാരിയും അന്യജാതിക്കാരിയുമായ എന്നെ പ്രണയിക്കുന്നത്?"

അപ്പോൾ സുദേവ് ചോദിച്ചു, "പൂക്കളിൽ മനോഹാരിണിയായ റോസാപ്പൂവുള്ളപ്പോൾ സുന്ദരന്മാരിൽ സുന്ദരനായ കാമദേവൻ എന്തിനാണ് തന്റെ പൂജയ്ക്കായ് പൂരനാളിൽ ചെമ്പകപ്പൂക്കളെ തിരഞ്ഞെടുത്തത്."

ഇത്തരത്തിൽ കഥാകാരി വായനക്കാരനെ ചിന്തിപ്പിക്കുകയും സോദ്ദേശ്യതയിലേക്ക് ആനയിക്കുകയും ചെയ്യുന്ന അനവദ്യമുഹൂർത്തങ്ങൾ 'സ്രവണ'ത്തിന്റെ മനോഹരച്ഛായയെ വർദ്ധിപ്പിക്കുന്നു.

എടുത്തുപറയേണ്ട സവിശേഷത കഥകളുടെ തലക്കെട്ടുകളാണ്. ലളിതസുന്ദരമായ പദങ്ങൾ. സീത, കാൽപ്പാട്, ഭാവം, ലയം, ചക്രം, സഹപാഠികൾ, പ്രതിച്ഛായ, ആമ്പൽ, അനു, തനിയെ. ഗഹനതയും ക്ലിഷ്ടത

യുമില്ലാത്ത പദങ്ങൾ. അത്തരം തലക്കെട്ടുകളുമായി വരുന്ന അപൂർവ്വ സുന്ദരമായ കഥാസമാഹാരമാണ് ഉഷ അശോകിന്റെ പ്രഥമ കഥാസമാഹാരമായ 'സ്രവണം.' കന്നി എഴുത്തുകാരിയുടെ കന്നിക്കൊയ്ത്ത് അതാണ് 'സ്രവണം.'

സഹപാഠികൾ എന്ന കഥ എല്ലാ കാലത്തിന്റെയും കഥയാണ്. രക്ഷിതാക്കളോടായി കഥാകാരിയുടെ വാക്കുകൾ നോക്കൂ. "നമ്മൾ എപ്പോഴും ശരിയാണെങ്കിലേ നമ്മുടെ മക്കളും ശരിയായി ചിന്തിക്കൂ. ആളെ അറിയാതെ ആരും അസഭ്യം പറയരുത്." നന്മയുടെ മൂല്യപാഠങ്ങളാണ് 'സഹപാഠികൾ' എന്ന മികച്ച കഥയിലൂടെ അനുഭവപ്പെടുന്നത്.

ഉഷ അശോകിന്റെ രചനാവൈശിഷ്ട്യം അനാവശ്യമായ വർണ്ണനകൾ വായനക്കാരെ അലോസരപ്പെടുത്തുന്നില്ല എന്നതാണ്. ചെറിയ പ്രയോഗങ്ങളിലൂടെ വലിയ മാനം നൽകുന്ന സർഗ്ഗവൈഭവം എടുത്തു പറയേണ്ടതാണ്. പ്രതിച്ഛായയിലെ ഒരു പ്രയോഗം പ്രകീർത്തിക്കപ്പെടേണ്ടതാണ്." ഓരോ വരവും ഒരാഘോഷം പോലെയാണ് കടന്നുപോയത്. അങ്ങനെ ഓരോ മാഘവും ഫാൽഗുനവും ചൈത്രവും കടന്നു പോയി."

ഉഷ അശോകിന്റെ മനോഹരമായ ചില ബിംബവർണ്ണനകൾ വായിക്കാം. "ജോലിഭാരംകൊണ്ട് ക്ഷീണം പിടിച്ച് ഉറക്കം തികയാത്ത തൊഴിലാളിയുടെ കണ്ണുപോലുള്ള സ്ട്രീറ്റ്ലൈറ്റിന്റെ പ്രകാശം." (ആമ്പൽ എന്ന കഥയിൽ).

"സൂര്യൻ ഇന്നത്തെ ദൗത്യം നിർത്തി, ഒരുപിടി ആയുസ്സുമായി പോകുമ്പോൾ ഒരു കനൽക്കട്ട വച്ചിട്ട് പോയതുപോലെ." (അനു എന്ന കഥ)

ഉഷ അശോകിന്റെ 'സ്രവണം' എന്ന ചെറുകഥാസമാഹാരം ഒരു ലളിതസാഹിത്യകൃതിയാണ്. സ്വന്തം മാതൃകകളിൽ സ്വന്തം ശൈലിയിൽ കഥാകാരി തനിക്കു പറയാനുള്ളത് പറയുന്നു. പത്തു കഥകളും വ്യത്യസ്തങ്ങളാണ്. കഥയോ കഥാപാത്രങ്ങളോ ആവർത്തനസ്വഭാവം കാണിക്കുന്നില്ല. അതുകൊണ്ടുതന്നെ 'സ്രവണം' വായനക്കാരിൽ കഥാകാരിയെക്കുറിച്ച് മികച്ച പ്രതിച്ഛായ ഉളവാക്കുമെന്ന് നിസ്സംശയം പറയാം.

സീത

ഭിന്നിച്ച അക്ഷരങ്ങൾ പോലെ പടർന്ന മഷി കലങ്ങിയ മനസ്സും ശരീരവുമായി കുഞ്ഞിന്റെ കൈയും പിടിച്ച് പുറത്തേക്ക് ഇറങ്ങിയപ്പോൾ; കോടതിവരാന്തയിൽ ഒരശരീരി 'ഇനി നീ എങ്ങോട്ടാണ് സീതേ'. നിന്റെ ഭർത്താവ് കൊലക്കുറ്റത്തിന് ശിക്ഷ ഏറ്റുവാങ്ങിക്കഴിഞ്ഞു.

കോടതി പറമ്പിലെ മരച്ചുവട്ടിൽ നിന്ന് ദാഹിച്ച് വലയുന്ന കുഞ്ഞിന് വെള്ളം പകർന്ന് കൊടുക്കുമ്പോൾ അവളുടെ തകർന്ന മനസ്സ് ധാരയായ് ആ നീതി ഭൂമിയിലേക്കൊഴുകി.

അശരണയായ അവൾ ചെന്ന് കേറിയത് "ആരതിനന്ദനത്തിലായിരുന്നു." കോളിങ്ങ് ബെല്ലിന്റെ ശബ്ദം കേട്ടപ്പോൾ അംബികാമ്മ വാതിൽ തുറന്നുകൊടുത്തു. വിധി എങ്ങനെയെന്ന് ചോദിക്കപോലും ചെയ്യാതെ തിരിഞ്ഞു നടന്നു. മരവിച്ച പാവപോലെ അവൾ പ്രഭാകരമേനോന്റെ, തന്റെ അച്ഛന്റെ കട്ടിലിൽ ഇരുന്നു. അവളുടെ ഇരിപ്പ് കണ്ട മകൻ ചോദിച്ചു, 'അമ്മേ അച്ഛൻ ആരെയാണ് കൊന്നത്?' അവൾ അവന്റെ നെറ്റിയിൽ ഉമ്മ വച്ചുകൊണ്ട് പറഞ്ഞു.

'സ്വയം കൊന്നു, യാത്ര പോകുമ്പോൾ അറിയാതെ വഴിയിൽ കൂടി പോകുന്ന ഒരു യുവാവിന്റെ ദേഹത്ത് കാർതട്ടി. അദ്ദേഹം മരിച്ചു. അറിയാതെ സംഭവിച്ചതാണെന്ന് കോടതി നിയമം സമ്മതിച്ചില്ല. അതുകൊണ്ട് കൊലയാളിയായി തടവിലിട്ടു. അറിഞ്ഞുകൊണ്ട് ഒരു ജീവിയേയും കൊല്ലാൻ സാധിക്കാത്ത ആൾ അറിയാതെ കൊലപാതകിയായി.'

ആ നിഷ്കളങ്ക ബാലൻ അമ്മയെ തന്നെ നോക്കി. പകലിന്റെ ദൈർഘ്യം കുറയുന്തോറും വീട്ടിനകത്ത് അപശബ്ദങ്ങളും പിറുപിറുപ്പും തുടങ്ങി. സ്റ്റീൽകലം അമർത്തിവച്ച് കൊണ്ട് അംബികാമ്മ പറഞ്ഞു.

'അവളെ ഇപ്പം ഈടുന്ന് എറക്കിവിടണം നാലാളറിഞ്ഞ മോശാ, നമ്മക്ക്.'

ആരോ മറുപടിപറയുന്നു. 'ഇപ്പം വേണ്ട! നാളെ രാവിലെ വിടാനാക്കാ ഇപ്പോം നിങ്ങ ആശ്വസിക്ക്!'

നേരം പുലർന്ന് വന്നപ്പോൾ സീത, മോന്റെ കയ്യും പിടിച്ച് ആ കറുത്ത ബാഗുമായി ആരതിനന്ദനത്തിന്റെ തന്റെ സ്വന്തം വീടിന്റെ പടി ഇറ

ങ്ങി. വഴിയരികിലെത്തിയപ്പോൾ അച്ഛന്റെ പരിചയക്കാരൻ. കച്ചവടക്കാരൻ കുമാരേട്ടന്റെ ചോദ്യം, 'സീതേ. ഈ കുഞ്ഞിനീ എടുത്ത് ഏടെത്തേക്ക്?'

'എവിടെ എങ്കിലും എത്തില്ലെ കുമാരേട്ടാ. പഞ്ചമിയ്ക്ക് പന്ത്രണ്ട് മക്കളുണ്ടായിരുന്നില്ലെ. എനിക്ക് ഈ ഒരു കുഞ്ഞല്ലെ ഇപ്പോ ഉള്ളൂ. വായ കീറി എങ്കിൽ ഇവനു ഇരയുണ്ടാവില്ലെ?'

'ഞാൻ എന്തുപറയാൻ' കുമാരേട്ടൻ മുന്നേ നടന്നു. സീത കുമാരേട്ടനോടൊപ്പം എത്താതെ പിന്നിലും നടന്നു. വെയില് മൂക്കുംമുമ്പേ. ബസ്സ്റ്റാന്റിലെത്താനായിരുന്നു സീതയുടെ ഉദ്ദേശ്യം. ഓട്ടോ സമരമായതിനാൽ, സീത മോന്റെ കൈപിടിച്ച് നടന്നു. പരിചയമില്ലാത്തിടത്ത് എത്തിയിട്ട് വേണം മോന് എന്തെങ്കിലും വാങ്ങാൻ. അല്ലെങ്കിൽ കുറെ ചോദ്യത്തിന് മറുപടി ഏറെ പറയേണ്ടിവരും.

ബസ്സ് ടിക്കറ്റെടുക്കുമ്പോൾ കണ്ടക്ടർ ചോദിച്ചു എങ്ങോട്ട്? സീത മനസ്സിൽ വന്ന ഒരിടം തന്നെ ആദ്യം പറഞ്ഞു. തനിക്കും തന്റെ മോനും ഇന്നൊരുരാത്രി വേറൊരിടം അവൾ കണ്ടില്ല. ഒരിക്കൽ അവന്റെതായിരുന്ന വീട്. അവന്റെ അച്ഛന്റെ വിയർപ്പിൽ പണിത ഒരിടം അവന് ഒരു നേരമെങ്കിലും അഭയം കൊടുക്കേണ്ടതല്ലേ? കണ്ടക്ടർ ടിക്കറ്റ് മുറിച്ച് സീതയുടെ കയ്യിൽ കൊടുത്ത് കൊണ്ട് ചോദിച്ചു. 'ചേച്ചിക്ക് സ്ഥലം ശരിക്കും അറിയില്ലെന്ന് തോന്നുന്നു.'

സീത : 'അറിയാം.'

കണ്ടക്ടർ : 'അല്ല സ്ഥലംപറയാൻ സമയമെടുത്തതുകൊണ്ട് ചോദിച്ചതാണ്.'

സീത : 'മനസ്സിലായി.'

കണ്ടക്ടർ : 'ഇറങ്ങാൻ നേരത്ത് പറയാം.'

സീത : 'ഉം.'

ബസ്സ് ഓരോ സ്റ്റോപ്പിൽ നിർത്തുമ്പോഴും സീതയുടെ സങ്കടവും മിടിപ്പും കൂടുന്നുണ്ടായിരുന്നു. പഞ്ചമിയെപോലെ ആർജ്ജിച്ചെടുക്കണം ധൈര്യം. സീത മനസ്സിനോട് മന്ത്രിച്ചു. അവശരെയല്ലേ അവഗണിക്കൂ. നേരം മൂന്ന് മണികഴിഞ്ഞു. കാര്യമായി പണമൊന്നും കയ്യിലുണ്ടായിരുന്നില്ല. എന്നാലും മോന് എന്തെങ്കിലും കഴിക്കാൻ വാങ്ങി കൊടുക്കണം. ബസ്സ് സ്റ്റോപ്പിൽ എത്താനായപ്പോൾ കണ്ടക്ടർ സീതയോട് പറഞ്ഞു. 'ചേച്ചി. നിങ്ങൾക്ക് ഇറങ്ങാനുള്ള സമയമായി.' സീത മോനെയും കൂട്ടി ബസ്സിൽ നിന്നുമിറങ്ങി. ആ ദേശത്ത് ഓട്ടോ സമരം ബാധകമായിരുന്നില്ല. എങ്കിലും ഓട്ടോ സർവ്വീസ് വളരെ കുറവായിരുന്നു. ജീപ്പാണ് കൂടു

തൽ സവാരി വാഹനം. അടുത്തുള്ള ഹോട്ടലിൽ കയറി ചപ്പാത്തിയും കറിയും വാങ്ങിച്ചു. അത് പാഴ്സലാക്കി ബാഗിൽ വച്ചു. വെയിലിന്റെ തീക്ഷ്ണത കൂടി വന്നിട്ടുണ്ടായിരുന്നു. മെയ്മാസം ചുട്ടുപൊള്ളി. വൈകുന്നേരമായിട്ടും വെയിലിന്റെ കോപം തീർന്നില്ല.

ജീപ്പിറങ്ങി. കുത്തനെയുള്ള റോഡിലൂടെ മേലേടത്ത് വീട്ടിലെത്തി. ആരെയും പുറത്ത് കാണാനിടയില്ല. അടയ്ക്ക ഉണക്കാനിട്ടിരിക്കുന്നു. കുറെ കോഴിക്കുഞ്ഞുങ്ങൾ അങ്ങിങ്ങായി എന്തോ കൊത്തിതിന്നുന്നു. പുറത്ത് നിന്ന് ബെല്ലടിച്ചു. രമേശൻ എത്തിനോക്കി. അയാൾ ഉറക്കെ വിളിച്ചു പറഞ്ഞു.

'അമ്മേ പുറത്താരോ വന്നിറ്റ്ണ്ട്.'

'എന്തിനാ ചോയിച്ചിറ്റ് പറഞ്ഞയക്ക്.' ആ പറച്ചിൽ സീതയ്ക്ക് ഒട്ടും സഹിക്കാനായില്ല. സീത ആരുടെയും അനുവാദത്തിന് നിൽക്കാതെ മോനെയും കൂട്ടി അകത്തേക്ക് കടന്നു. വീണ്ടും ആ പുരുഷശബ്ദം ആവർത്തിച്ചു.

'നിങ്ങളെ ആള് പരിഹസിക്കുന്നുണ്ടാവും എന്നും തെണ്ടിത്തിരിഞ്ഞ് സ്ഥിരവാസമില്ലാത്ത നിങ്ങളെ ഭർത്താവിനെ ജയിലിൽ ഫിടത്തിറ്റ്. ഈ കുഞ്ഞിനെയും കൊണ്ട് ഇപ്പോളിങ്ങോട്ട് വന്നേന്റെ ഉദ്ദേശം? '

'ഇന്ന് ഇന്നത്തെ ഒരു രാത്രി എന്റെ മോന് അവകാശത്തോടെ കിടക്കാൻ. നാളെ നേരം വെളുത്ത് ഞങ്ങൾ ഇറങ്ങും.'

അയാൾ ഗർജ്ജിച്ചു. കൂടെ സഹോദരി രതിയും തകർത്തു.

'കൊലപാതകിയുടെ കുടുംബത്തെ താമസിപ്പിക്കാനുള്ള ഇടമല്ലിത്. ഇപ്പോ ഇറങ്ങണം.'

സീത, മിഥുനമേഘത്തെപ്പോലെ തിരിച്ചടിച്ചു. 'ഇത് എന്നിൽ നിന്നും കവർന്നെടുത്തത്. യഥാർത്ഥ അവകാശിയായ എന്റെ മോന് ഇന്നൊരു ദിവസം ഇവിടെ താമസിച്ചേ മതിയാകൂ.'

അവൾ മകനേയും കൊണ്ടു ഭർത്താവിന്റെ മുറിയിലേക്ക് കടന്നു. തന്റെ തോളിൽ ഉറങ്ങിക്കിടക്കുന്ന മകനെ വെറും നിലത്ത് തുണിവിരിച്ച് കിടത്തി. ജനാലയ്ക്കരികിലൂടെ പുറത്തേക്ക് നോക്കി. ചുവന്ന് പട്ടിട്ട ചക്രവാളം അടുത്തടുത്ത് വരുന്നപോലെ തോന്നി; പിന്നീടത് ഗോളമായി അകലേയ്ക്ക് മാറുന്നു.

♦

കാൽപാട്

കരിമഷിപോലുള്ള അവന്റെ കണ്ണ് നിറയുന്നുണ്ടായിരുന്നു. പശുവിനെ കറക്കുന്ന സമയത്ത് ലക്ഷ്മി അമ്മ മറ്റൊന്നും ശ്രദ്ധിക്കില്ല. അകിടിൽതൊടുമ്പോൾ മറ്റെങ്ങോട്ടും ശ്രദ്ധ പോകാൻ പാടില്ലെന്ന ലക്ഷ്മി അമ്മയുടെ പോളിസി. സമയം പതിനൊന്നര ആയി കാണും. ഒരു സ്റ്റീൽ കപ്പിൽ പകുതി വെള്ളവും മറ്റൊരു സ്റ്റീൽ ബക്കറ്റും പശുവിന്റെ അകിട് ഓരോന്നായി മെല്ലെ വലിച്ച് കറന്നെടുക്കുന്ന ലക്ഷ്മി അമ്മയെ കണ്ട് കടച്ചി കുശുമ്പോടെ നോക്കുന്നുണ്ടായിരുന്നു. സ്റ്റീൽ ബക്കറ്റിലേക്ക് പാൽ നിറച്ച ശേഷം അവളെ അമ്മയുടെ അടുത്തേക്ക് മാറ്റി നിർത്തി. ചാടി തുള്ളി അമ്മയുടെ പാൽ കുടിക്കാൻ ധൃതി കാണിക്കുന്ന കുഞ്ഞു കടച്ചിയെ തലോടിക്കൊണ്ട് ലക്ഷ്മി അമ്മ സ്റ്റീൽ ബക്കറ്റിലെ പാലുമായി ആലയ്ക്ക് പുറത്തിറങ്ങുന്നു. പാൽപാത്രം കളത്തിന്റെ തുമ്പത്ത് വെച്ച് നിവർന്ന് നിന്നു. വെള്ളമുത്ത് പോലെ പൊങ്ങിക്കിടക്കുന്ന പാൽ കുടത്തെ നോക്കി. ജയപാല ചോദിച്ചു. 'എന്താ ലക്ഷ്മിയേടത്തി. ഇന്ന് നേരത്തെ കറന്നോ. ഇനി ഇപ്പോ തന്നെ സൊസൈറ്റിയിൽ പോകുമോ?'

'ഇല്ല ജയേ ഞാൻ 2.30 നേ പോകുന്നുള്ളൂ. എന്തെ നീ വന്നത്? മോൻകുട്ടനെ കാണാനോ അതോ നിന്റെ മോളെ ന്യായീകരിക്കാനോ.'

'അങ്ങനെയൊന്നും പറയല്ലെ ലക്ഷ്മിയേടത്തി. ഈ മിണ്ടാപ്രാണിയെ ദ്രോഹിച്ച എന്റെ മോളെ ഞാൻ ഒരിക്കലും ന്യായീകരിക്കുന്നില്ല.'

റേഷൻ കടക്കാരൻ ശ്രീധരന്റെ രണ്ടാമത്തെ മകൾ പാർവ്വണ. മൂത്ത മകളുടെ കല്യാണം കഴിഞ്ഞ് ഒരു മാസം കഴിഞ്ഞപ്പോൾ ശ്രീധരന്റെ കാലിന് എന്തോ വീണ് പഴുത്ത് കാലിൽ വ്രണം കൂടി വന്നു. ഡോക്ടറെ കാണിച്ചപ്പോൾ ശസ്ത്രക്രിയ വേണമെന്ന് ഡോക്ടർ പറഞ്ഞു. അവസാനം അതു തന്നെ ചെയ്തു. കാൽമുറിച്ച് മാറ്റി.

പാർവ്വണയുടെ കസിനാണ് ഹരീഷ്. ഹരീഷിനെയും പാർവ്വണയെയും പാർവ്വണയുടെ അച്ഛൻ തന്നെയാണ് പഠിപ്പിച്ചത്. പ്ലസ്ടു കഴിഞ്ഞ് പാർവ്വണ മ്യൂസിക്ക് കോളേജിൽ ചേർന്നു. അവൾക്ക് പാട്ടിനോടായിരുന്നു കമ്പം. അച്ഛന് സുഖമില്ലാത്തതിന് ശേഷം ഹരിയായിരുന്നു കൂടുതലായും റേഷൻ കട ശ്രദ്ധിച്ചിരുന്നത്. പിന്നീട് നടത്തിക്കൊണ്ടുപോ

കാൻ ബുദ്ധിമുട്ടായപ്പോൾ ചികിത്സയും മുടങ്ങുമെന്നായപ്പോൾ റേഷൻ കട വിൽക്കാൻ തീരുമാനിച്ചു. ഒരു ബ്രോക്കറുടെ സഹായത്താൽ മറ്റൊരുവീട് ചെറിയ പൈസയ്ക്ക് തരപ്പെടുത്താൻ ശ്രമിച്ചു. അപ്പോഴാണ് ശ്രദ്ധയിൽ വൃന്ദാവനം തെളിഞ്ഞത്. കലാമണ്ഡലം വേലായുധൻ നായരുടെ വിശ്രമമന്ദിരമായിരുന്നു വൃന്ദാവനം. ക്ഷേത്ര മാതൃകയിലുള്ള കരിങ്കൽ തൂണുകൾ സ്ഥാപിച്ചുവെച്ച കലയുടെ ദൃശ്യമുള്ള ആ വീട് വാങ്ങാനുള്ള പണം ജയപാലയ്ക്കും കുടുംബത്തിനും ഉണ്ടായിരുന്നില്ല. ബ്രോക്കറിൽ നിന്നും, ജയപാലയുടെ കുടുംബാവസ്ഥ മനസ്സിലാക്കി. രഘുനാഥൻ. ലക്ഷ്മി അമ്മയുടെ മകൾ ജയപാലയോട് പറഞ്ഞു. 'ചേച്ചി, ഇതിൽ ബ്രോക്കറെ ഒന്നും ബന്ധിപ്പിക്കേണ്ട ഞാൻ ഇത് നിങ്ങൾക്ക് കുറഞ്ഞ വിലയ്ക്ക് വാങ്ങിത്തരാൻ പറ്റുമോന്ന് നോക്കട്ടെ.'

ജയപാലയുടെ കണ്ണുനീർ കണ്ട രഘു വേലായുധൻനായരുടെ കുടുംബത്തെകണ്ട് 30 ലക്ഷം വില മതിക്കുന്ന ആ വീട് ചെറിയ വിലയ്ക്ക് വാങ്ങിക്കൊടുത്തു. പണം ഗഡുക്കളായി ബാങ്കിൽ അടച്ചാൽ മതി എന്നു പറഞ്ഞു. ശ്രീധരൻ നായർ പഠിപ്പിച്ച ഹരി ഒരു കരുണയും കാട്ടാതെ റേഷൻ ഷോപ്പിന്റെ പകുതിലാഭത്തിന് വിലയിട്ടു ഹലഹിച്ചു.

വൃന്ദാവനത്തിലെത്തിയശേഷം പാർവ്വണയ്ക്ക് വേദിയിൽ പാടാനുള്ള അവസരവും വന്നുചേർന്നു. പല പ്രോഗ്രാം നടക്കുമ്പോഴും കമ്മിറ്റിക്കാർ പാർവ്വണയെ ക്ഷണിക്കും. വൃന്ദാവനം ഒരു നൃത്താലയമായി മാറി. ചികിത്സയ്ക്കുള്ള പൈസയും ജയപാലയുടെ കയ്യിൽ വന്നു. ഒരു തിങ്കളാഴ്ച രാവിലെ പാർവ്വണ പ്രാക്ടീസ് ചെയ്യുമ്പോൾ 'അമ്മേ; ആ വീട്ടിലേക്ക് ഉള്ള ജനലൊന്നടച്ചേ. അവിടെ ആ കർട്ടനു പിന്നിൽ രണ്ട് വൃത്തികെട്ട കണ്ണുകൾ. വല്ലാത്ത ഡിസ്റ്റേർബ്; എപ്പം പ്രാക്ടീസ് ചെയ്യുമ്പോഴും ശല്യം തന്നെ. നമുക്ക് എവിടെ എങ്കിലും വീട് എടുക്കാമായിരുന്നു.' പാർവ്വണയുടെ ആ വാക്ക് അമ്മയ്ക്കും പിടിച്ചില്ല. ജയപാല മകളെ നേർക്ക് പുച്ഛം കലർന്ന ചിരിയോടെ നോക്കി. എടീ ഇത് തന്നെ കിട്ടിയത് ഭാഗ്യം. ഇത്രയും വലിയ വീട്ടിൽ കിടക്കാനുള്ള ഭാഗ്യം നിനക്കുണ്ടോ. ഇത് കലാമണ്ഡലം വേലായുധൻ നായരുടെ വീടാണ് അറിയോ? ആ ചെറുക്കന്റെ കാരുണ്യം കൊണ്ടാണ് ഈ വീട്ടിൽ ഇന്ന് നീ ഇങ്ങനെ നിൽക്കുന്നത്. ആ ലക്ഷ്മിയുടെ മകനില്ലെങ്കിൽ നമ്മുടെ കാര്യം എന്താവുമായിരുന്നു എന്ന് നിനക്ക് നിശ്ചയമുണ്ടോ പാർവ്വണ?'

'അതല്ലമ്മേ. ഈ വീട്ടിൽ എന്തോ എനിക്ക് അത്ര പിടിക്കുന്നില്ല. അത്യാവശ്യം ഡാൻസ് പ്രാക്ടീസ് ചെയ്യാനുള്ള പ്രത്യേക സ്ഥലം ആ വീട്ടിൽ ഉണ്ടായിരുന്നു.'

എന്നും ഡാൻസ് പ്രാക്ടീസിനിടെ പാർവ്വണ പാടുകയും ചെയ്യും. രണ്ടും കൂടിയായപ്പോൾ അത് കാണാനാണ് ആ കണ്ണുകൾ പാർവ്വണയെ പിൻതുടർന്നത്. ഒരിക്കൽ പാർവ്വണ ഗേറ്റിനു താഴെ തൊഴിലുറപ്പിനു വരുന്ന മേദിനിയെക്കൊണ്ട് രഹസ്യമായി കുഴിയുണ്ടാക്കിച്ചു. അതിൽ കുപ്പിച്ചില്ലുകൾ നിറച്ചുവച്ചു. മുകളിൽ ഇലയും മണ്ണുമിട്ടു. കുഴി കുഴിച്ചപ്പോ മേദിനി ചോദിച്ചു. 'എന്തിന പാർവ്വണ മാഡം ഇത്? പറഞ്ഞ പണി എടുത്തിട്ട് പോയാമതി.' എന്നായിരുന്നു പാർവ്വണ കൊടുത്ത മറുപടി.

അന്ന് രാത്രി ലക്ഷ്മിയമ്മയുടെ വീട്ടിൽ ആരും ഉറങ്ങിയില്ല. മോനൂട്ടന്റെ കാല് മുഴുവൻ മുറിഞ്ഞിരിക്കുന്നു. എന്തുപറ്റി എന്നറിയാതെ ഉടനെ ഹോസ്പിറ്റലിൽ പോയി ടെറ്റനസ് ഇഞ്ചക്ഷൻ എടുത്തു. വൃന്ദാവനത്തിൽ ഓരോ ഓഫറുവരുമ്പോഴും മെസേജ് വരുമ്പോഴും പാർവ്വണ അമ്മയോട് പറയും 'അമ്മേ. എന്റെ കഴിവ് അറിഞ്ഞറിഞ്ഞ് ഓഫറുമായി വരുന്നത് കണ്ടോ? ഇൻസ്റ്റേലും ഫേസ് ബുക്കിലൊക്കെ എന്റെ പാട്ടിനെക്കുറിച്ച് എന്താ ഒരു കമന്റ്. അമ്മേ എന്തൊക്കെയായാലും ഹരിയും ഒത്തിരി സപ്പോർട്ട് ചെയ്യുന്നുണ്ടമ്മെ.' ഇത് കേട്ട് വയ്യാതെ കിടക്കുന്ന ശ്രീധരൻ നായർ ഉറക്കെ പറഞ്ഞു. 'മിണ്ടരുത് അവന്റെ കാര്യം. ഹരി... അവൻ ചെയ്ത ദ്രോഹംമതി.' പാർവ്വണയുടെ ഉയർച്ചയ്ക്ക് പിന്നിൽ ഹരിയാണെന്ന് പറയുമ്പോഴും ഇടയ്ക്ക് മകൾ ...... സപ്പോട്ടിനെപ്പറ്റി പറയുമ്പോഴും ജയപാലയും മറക്കും ഇന്നും ഈ ഉയർച്ചയ്ക്ക് കാരണം. ഒരു ബന്ധവുമില്ലാത്ത ലക്ഷ്മി അമ്മയുടെ മകൻ രഘുവാണെന്ന്. ഒന്നും പ്രതീക്ഷിക്കാതെയാണ് അവൻ എല്ലാം ചെയ്യുന്നതെന്നും. ജയപാലയും മറക്കുന്നു. പലപ്പോഴും പാർവ്വണയുടെ അവസരങ്ങൾ അലങ്കോലപ്പെടുത്താൻ ഹരി ശ്രമിച്ചിട്ടുണ്ട്. ഒരിക്കൽ ഹരി രഘുവിനോട് ഏറ്റുമുട്ടിയിട്ടുണ്ട്. പക്ഷെ ആ കുടുംബത്തിൽ ആ നാട്ടിലുള്ള സപ്പോർട്ടും സഹകരണവും അറിഞ്ഞ ഹരി പിൻമാറി പോയതാണ്.

രാവിലെ 6 മണി കഴിഞ്ഞു. സൊസൈറ്റിയിൽ പാല് കൊടുത്ത് തിരിച്ച് വരികയായിരുന്നു രഘു. പശു അലമുറയിട്ട് കരയുന്നത് കേട്ട് ധൃതിയിൽ നടന്നു രഘു. ആരുടെയോ ഞരക്കം കേട്ട്. പുൽച്ചെടി തോട്ടത്തിലേക്ക് നോക്കി. താഴെ വീണുകിടക്കുന്ന മോനൂട്ടനെ കണ്ടപ്പോൾ രഘുവിന്റെ കയ്യിലുള്ള പാൽ പാത്രം കയ്യിൽ നിന്നു മാറി നിന്നു. രഘു മോനൂട്ടനെ വാരി എടുത്ത് സംസാരിക്കാൻ കഴിയാത്ത ഈ മിണ്ടാപ്രാണിയെ ആരാണ് തള്ളിയിട്ടത് കണ്ണിനു താഴെ നല്ല മുറിവുണ്ട്. ആ കരിമഷി കണ്ണുകളിൽ രക്തം തെറിച്ചിരിക്കുന്നു. തൊട്ടടുത്ത് വൃന്ദാവനത്തിന്റെ മുകൾ നിലയുടെ താക്കോൽ കൂട്ടം കണ്ട രഘു നിശ്ചയിച്ചു എന്തു

വേണമെന്ന്.

ഈ മിണ്ടാപ്രാണിയ്ക്ക് വേണ്ടിയാണ് കലാകാരിയായ അവളെയും കുടുംബത്തെയും അയൽവാസിയാക്കിയത്. ഒന്നും സംഭവിച്ചിട്ടില്ലാത്ത പോലെ ഗേറ്റ് കടന്ന് പോകുന്ന ആ ക്രൂരത കണ്ട രഘു മോനൂട്ടനെയും ചുമലിൽ കിടത്തി അവൾക്ക് നേരെ എത്തി. അലറിക്കൊണ്ട് ചോദിച്ചു. 'നീ ഈ ചെയ്തതെന്ത്? ഈ കുഞ്ഞ് മിണ്ടാപ്രാണി കാരണമാണ് ഈ വൃന്ദാവനം നിന്റെതായത്. ഇവൻ നിനക്ക് എന്ത് ദ്രോഹമാണ് ചെയ്തത്.' അവൾ രഘുവിന്റെ മുഖത്ത് നോക്കി ദയയില്ലാതെ പറഞ്ഞു. 'വൃത്തികെട്ട ഇവനെ ഞാൻ ഇനിയും ചെയ്യും. കാരണം ഇവൻ എന്നും എന്റെ സംഗീതത്തെയും കലയെയും ശല്യം ചെയ്യുന്നു.' 'ആര് ഇവനൊ എടീ ഇവന് അതിനൊന്നും കഴിയില്ലെടീ. അഞ്ചു വയസ്സിൽ സംസാരശേഷി നഷ്ടപ്പെട്ട ഈ കുഞ്ഞിനെ തിരിച്ച് കിട്ടിയത് കലാമണ്ഡലം വേലായുധൻ നായരുടെ ഈ വൃന്ദാവനത്തിലെ നൃത്തത്തിലൂടെയും പാട്ടിലൂടെയും തന്നെയാണ്. അദ്ദേഹം മരിക്കും വരെയും അവന് ഈ വീട്ടിൽ ഒരിടം ഉണ്ടായിരുന്നു. അദ്ദേഹത്തിന്റെ ശിഷ്യന്മാർ അവനെ അത്രയധികം സ്നേഹിച്ചിരുന്നു. അതുകൊണ്ടാണവൻ നിന്റെ നൃത്തവും പാട്ടും ആസ്വദിക്കാൻ എത്തുന്നത്. നിനക്ക് ഈ വീട് വിലയ്ക്ക് വാങ്ങിക്കാൻ എത്ര രൂപ നിന്റെ അമ്മ ചിലവഴിച്ചു എന്ന് അവരോട് ചോദിക്ക്. ഈ മിണ്ടാപ്രാണിയ്ക്ക് വേണ്ടി ഞാനാണ് ആ പൈസയിൽ പകുതിയും കൊടുത്ത് തീർത്തത്. നിനക്ക് കിട്ടുന്ന ഓരോ ഓഫറും ഈ മിണ്ടാപ്രാണിയ്ക്ക് വേണ്ടി ഞാൻ ചെയ്യുന്നതാണ്. നിന്റെ പാട്ടും നൃത്തവും ദൂരേന്ന് ഒന്ന് നോക്കുകയല്ലെ അവൻ ചെയ്തുള്ളൂ? അതിന് നീ ഇത്രയും ശിക്ഷിക്കണോ ഈ പാവത്തെ. നീ ഇത്രയും ചെയ്തിട്ടും നിന്റെ നേർക്ക് ഒന്ന് ചൂണ്ടിയതുപോലുമില്ലെടീ ഈ പാവം മിണ്ടാപ്രാണി.'

പാർവ്വണ പശ്ചാത്താപത്തിന്റെ തീയ്യിലെരിഞ്ഞെങ്കിലും അതൊന്നും ഏറ്റുവാങ്ങാൻ നിൽക്കാതെ രഘു മോനൂട്ടനെ ചുമലിലേറ്റി നടന്നു. മിണ്ടാപ്രാണിയാണെന്ന് അറിഞ്ഞിരുന്നെങ്കിൽ പാർവ്വണ ചെയ്യുമായിരുന്നോ ഈ ക്രൂരത?

♦

ഭാവം

'എന്താ സുകന്യേ നിനക്ക് ഒരു മൂഡ് ഓഫ്? അല്ലെങ്കിൽ ലീവ് ദിവസം പോലും വീട്ടിൽ നിൽക്കാത്ത നീ ഇന്ന് വാലിന് തീപിടിച്ച എലിയെ പോലെ. നീ കഴിച്ചപാത്രംപോലും ആ പാവം പ്രേമയെക്കൊണ്ടല്ലേ കഴുകിക്കാറ്. എപ്പോഴും സമയമില്ല വൈകി എന്ന് ചൊല്ലിക്കൊണ്ടെയിരിക്കുന്ന അടുക്കള ജോലി മുഴുവൻ പ്രേമ ചെയ്യുമല്ലോ എന്ന് പറയുന്ന ആൾ. ഈ കസേരയിലിരുന്ന് ഇങ്ങനെ അമർത്തി അതിനെഞെരിക്കാൻ മാത്രം പ്രശ്നമെന്താണ്.' ഷർട്ടിന്റെ ഫുൾകൈ അറ്റം മടക്കിക്കൊണ്ട് സുകന്യയ്ക്ക് മുൻതിരിഞ്ഞ് നിന്നു. മഹേഷ് ആ പറഞ്ഞത് ഉള്ളിലർത്ഥം വച്ചിട്ടാണെന്ന് ഏത് ചോറ് തിന്നുന്നവർക്കും മനസ്സിലാകും.

പക്ഷെ സുകന്യയുടെ പ്രവർത്തിയും അതാണ്. ഇന്നലെ ആ രാധാമണിയുടെ വീട് ചോദിച്ച് വന്നവരോട് എന്തൊക്കെയാണ് പറഞ്ഞത്? അവൾ ഈ നാട്ടിലേക്ക് മോശക്കാരിയാണെന്നും അവളുടെ പൂച്ചയെപ്പോലും മറ്റൊരാൾ അടുപ്പിക്കില്ലെന്നും പറയുന്നത് മഹേഷ് കേട്ടുകൊണ്ടിരുന്നതാണ്. അതിന് തൊട്ട് മുമ്പെ ഗ്യാസ് തീർന്നപ്പോ രാധാമണിയായിരുന്നു കൊടുത്തത് മറ്റാരും കൊടുത്തില്ല. എന്റെ സുകന്യേ നിനക്കെന്ത് സുഖം ഇതുകൊണ്ട് കിട്ടുന്നത്? ഏതിനെകൊണ്ട്? സുകന്യ പുരികം ചുളിച്ചു. ആ രാധാമണിയെപോലുള്ളവരെ ഇങ്ങനെ ദുഷിച്ചിട്ട് എന്ത് കിട്ടാനാ? എന്നാ അങ്ങ് പോയി സഹായിക്ക് ഇതായിരുന്നു സുകന്യയുടെ മറുപടി. ഈയിടെ ഒരു ചെറുപ്പക്കാരൻ പറഞ്ഞത്രെ. 'രാധാമണിയാണ് എന്റെ ജീവൻ രക്ഷിച്ചതെന്ന്.' സുകന്യയുടെ അയൽക്കാരി മാത്രമല്ല. ഒരു ബന്ധുകൂടിയാണ് രാധാമണി. അതായിരിക്കാം ഇങ്ങനെ ദ്രോഹിക്കുന്നത്. ജീവൻ രക്ഷിച്ച കാര്യമറിയാൻ സുകന്യ രണ്ടു ദിവസം അവന്റെ പിറകെ നടന്നു. അവസാനം അവൻ പറഞ്ഞു. ഇന്നലെ എന്റെ ഭാര്യ രാധാമണിയെ വഴിയിൽ വച്ച് കണ്ടു. രണ്ടുപേരും സംസാരിച്ച് കുറേ സമയം വഴിയിൽ നിന്നത് കാരണം. അവൾക്ക് എന്നും വരുന്ന ബസ്സ് കിട്ടിയില്ല. ആ ബസ്സാണ് ഇന്നലെ മറിഞ്ഞ് കുറേ പേർക്ക് അപകടം പറ്റിയത്. രാധാമണിയുടെ വായിൽ നിന്ന് കേട്ട കാര്യങ്ങൾ എനിക്ക് ഉപകാരവുമായി. സുകന്യ അയാളോട്, എന്തുപകാ

രം? അവൾ പരദൂഷക്കാരിയാണല്ലോ. ഉപകാരമൊന്നും രാധാമണി ചെയ്യില്ല. സുകന്യ അന്നും ദുഃഖിതയായിരുന്നു. കാരണം രാധാമണിയ്ക്ക് ഒരു കല്ല്യാണ ആലോചന ഒത്തമട്ടാണെന്ന് സംസാരിച്ച ചെറുപ്പക്കാരൻ പറഞ്ഞു. ഇനി സുകന്യ ഇന്നെങ്ങനെ ഉറങ്ങുമെന്ന് പറഞ്ഞവനറിയണോ?

രാത്രി ഉറങ്ങാതിരുന്ന സുകന്യയെ കണ്ട് മഹേഷ് ചോദിച്ചു. 'എന്താടീ; രാധാമണിയുടെ കല്യാണം ശരിയായി എന്നു തോന്നുന്നു. എന്നോട് ഇപ്പോ രാജീവ് വിളിച്ച് പറഞ്ഞതാണ്. അവന്റെ അമ്മാവന്റെ മോനാണത്രെ ചെറുക്കൻ. നല്ല ജോലിയാണ് എന്തായാലും നന്നായി എന്ന് ഞാൻ പറഞ്ഞു. നല്ല വാർത്തയല്ലെ. ഇനി നീ പോയ് കിടക്ക് രാവിലെ ചെന്ന് അവളെ ഒന്ന് കാണണം.' സുകന്യ ഉടനെ 'അതിന് ഞാൻ നാളെ ലീവാണ് എനിക്ക് തീരെ സുഖമില്ല. അവളുടെ കല്ല്യാണമല്ലെ എന്നെ കാണാൻ അവളെല്ലെ വരേണ്ടത്.'

രാവിലെ കാപ്പി കുടിച്ചുകൊണ്ടിരിക്കുമ്പോൾ ഒരു കോൾ വന്നു. കട്ടൻ കാപ്പി താഴെ വച്ച് മഹേഷ് ഫോൺ എടുത്തു. അലസമായിരിക്കുന്ന സുകന്യയുടെ അടുത്ത് ചെന്ന് മഹേഷ് പറഞ്ഞു. 'സുകന്യേ കഷ്ടമായിപ്പോയെടീ.' സുകന്യ ഒന്ന് നിവർന്ന് മഹേഷിനെ നോക്കി. 'അത് മുടങ്ങി.' സുകന്യയുടെ മുഖത്തെ പ്രസാദം ഒന്നു കാണേണ്ടത് തന്നെയായിരുന്നു. 'പിന്നല്ലാതെ ഇത്രയും നല്ല ജോലിയുള്ള ചെറുക്കൻ നല്ല കുടുംബം. അവളെ ആര് കഴിക്കാൻ. സുന്ദരിയാണെന്ന് അവളുടെ ഭാവമല്ലെ. നന്നായി ഏതായാലും നന്നായി. ഞാൻ പോകാൻ നോക്കട്ടെ.' പ്രേമയെ നീട്ടി വിളിച്ചു. 'നീയാ ചോറ്റ് പാത്രത്തിൽ കുറച്ച് ചോറാക്കിവച്ചേ. വെറുതെ എന്തിന ലീവ് അതിന് മുമ്പ് ഞാൻ. ഓഫീസിലെ ലളിതയെ ഒന്ന് വിളിച്ച് കാര്യം പറയട്ടെ.' മഹേഷ് സുകന്യയുടെ ധൃതി കണ്ട് ഉള്ളിൽ ചിരിച്ച് കൊണ്ട് പറഞ്ഞു. 'വിളിക്കാൻ പോകുന്നതിന് മുമ്പ് എന്തു പറയും എന്ന് കൂടെ പറ.' 'എന്ത് പറയാൻ. ആ മൂധേവിയുടെ കല്ല്യാണം മുടങ്ങി.' 'ഏത് മൂധേവിയുടെ.' 'രാധാമണിയുടെ.' മഹേഷ് ചുണ്ടുകൾ കടിച്ച് പിടിച്ച് കൊണ്ട് പറഞ്ഞു. 'മുടങ്ങിയത് നിന്റെ അനിയത്തിയുടെ കല്ല്യാണ നിശ്ചയമാണ്. അവർക്ക് വേണ്ടാന്ന്. അവൾക്ക് ഏതോ ഒരുത്തനുമായി ബന്ധമുണ്ടെന്ന്. അവർക്ക് തെളിവു സഹിതം കിട്ടിത്രെ. അവൻ കഴിക്കാൻ പോകുന്ന ചെറുക്കനെയും വിളിച്ചത്രെ. മാത്രമല്ല രാധാമണിയുടെ കല്യാണം ഉറപ്പിച്ച മട്ടാണ്.' സുകന്യ സ്വയമേ താഴ്ന്ന് പോകുന്നപോലെ.

♦

ലയം

വെള്ളാരംകല്ല് കൊണ്ട് പണിത ആ വീട്ടിന്റെ ഗേയ്റ്റിന് പുറത്ത് നിന്ന് കുറച്ച് സമയം ചരിത്ര സ്മാരകം പോലുള്ള ആ വീട്ടിലേക്ക് നോക്കി നിന്നശേഷം ശില്പ ദിവ്യയോട് പറഞ്ഞു. എന്ത് നല്ല വീട് അല്ലെ? ദിവ്യ ഗേയ്റ്റിൽ മെല്ലെ കൈ വച്ചു തുറക്കാൻ ശ്രമം നടത്തി. ആദ്യം പറ്റിയില്ലെങ്കിലും പിന്നെ കാര്യം സാധിച്ചെടുത്തു. മതിലിന് അകത്തുള്ള ആ വീട്ടിൽ ഒന്ന് കയറി നോക്കണമെന്ന് ദിവ്യയെക്കാൾ ആഗ്രഹിച്ചത് ശില്പതന്നെയായിരുന്നു. നാരായണീയത്തിലുള്ള എല്ലാ ചെടികളും ഇവിടെയുണ്ട്. ആ പടവുകളുള്ള കുളം മാത്രമേ ഇല്ലാതെയുള്ളൂ. അമ്മക്കിഷ്ടമുള്ള മഞ്ഞറോസും നാരായണിച്ചെടിയുംവരെ ഇവിടെയുണ്ട്. വെള്ളക്കണികകൾക്കിടയിൽ പുഴുവിനെ എത്തിപ്പിടിക്കുന്ന സൂത്രക്കാരൻ വെള്ളക്കൊക്കിനെ പോലെ തോന്നിക്കുന്ന, ജലധാരകൾക്കിടയിലെ വെള്ള നീളൻ ബൾബ്. അതിൽ ദിശമാറി വരുന്ന വെയിലിന്റെ രശ്മികൾ പതിക്കുമ്പോൾ ശരിക്കും വെള്ളക്കൊക്ക് പുഴുവിനെ കൊത്തി എടുക്കും പോലെ തോന്നും. തൂങ്ങി നിൽക്കുന്ന പേരയ്ക്കയെ, കൈക്കുമ്പിളിൽ താങ്ങിക്കൊണ്ട് അവൾ ദിവ്യയെ നോക്കി പറഞ്ഞു. "എടീ, ഇത് രേഖാന്റിയുടെ നാരായണീയം തന്നെ. നമുക്ക് ഈ വീടിന് അകത്തേക്ക് കയറാൻ പറ്റുമോ എന്ന് നോക്കിയാലോ.'

ദിവ്യ മേൽപ്പല്ലുകൾ കീഴ്ച്ചുണ്ട് കടിച്ച് വച്ച് വിട്ട് കൊണ്ട് പറഞ്ഞു. 'വേഗം വരുന്നോ നീ? വരുമ്പോഴേ വൈശാഖ് പറഞ്ഞത് നിന്റെ അമ്മയുടെ ചീത്തകേൾക്കാനുള്ള പണികൊടുക്കല്ലെ എന്ന്.' പുറത്തേക്ക് ചാഞ്ഞുനിൽക്കുന്ന പഴുത്ത മഞ്ഞ നിറമുള്ള പേരക്ക എത്തിപ്പറിച്ച് അതിൽ ഒന്ന് കൂട്ടുകാരിക്ക് പകുത്ത് കൊടുത്തുകൊണ്ട് ആ ഇഷ്ടത്തെക്കുറിച്ച് പറഞ്ഞു.

'എനിക്ക് നാരായണീയത്തിൽ പോകാൻ എന്തിഷ്ടമാണെന്നോ? രേഖാന്റിയേയും ഒരു പാട് ഇഷ്ടമാണ്. രേഖാന്റിയുടെ അനിയത്തിയും എന്റെ അമ്മയും ഒന്നിച്ചാണ് പഠിച്ചത്. എങ്കിലും രേഖാന്റിയും അമ്മയുമാണ് കൂടുതൽ അടുപ്പം.

രേഖാന്റി എന്റെ അച്ഛനെക്കുറിച്ച് പറയുന്നത് കേൾക്കാൻ എന്തു

കൗതുകമാണെന്നോ. നാരായണീയത്തിന്റെ വീട്ട് മുറ്റത്തിരുന്നും; കുളക്കടവലിരുന്നും അച്ഛനും ഹരിമാമനും കൂടി പാട്ടുപാടുന്നതും അവരെല്ലാം ചേർന്നിരുന്ന് സംസാരിക്കുന്നതും ഒക്കെ രേഖോന്റി പറയും. എന്റെ അച്ഛന്റെ പേര് ശ്രാവൺ എന്നാണത്രെ.'

"എന്താടി? സെന്റിമന്റലാവാതേ വേഗം നിന്റെ അമ്മ വരുമ്പോഴേക്കും വീട്ടിൽ എത്താൻ നോക്ക്. അച്ഛൻ മരിച്ചുപോയ എത്ര കുട്ടികളുണ്ട് ഈ നാട്ടിൽ.' ദിവ്യയുടെ പക്വതയുള്ള സംസാരം. 'അത് നിനക്ക് അച്ഛൻ ഉള്ളത് കൊണ്ടല്ലെ?' 'എന്ന നീ ഇവിടിരുന്ന് കരയ്. ഞാൻ പോവുന്നു.' അത് അവളുടെ സങ്കടം കുറയ്ക്കാൻ വേണ്ടിയായിരുന്നു എന്ന് ശില്പയ്ക്കും തോന്നാതിരുന്നില്ല.

പെട്ടെന്ന് മുഖഭാവം മാറ്റി കൂട്ടുകാരിയുടെ പിന്നിയിട്ട മുടിയിൽ ഒന്ന് പിടിച്ച് കറക്കികൊണ്ട് പറഞ്ഞു. 'എടീ എന്നാലും എന്റെ ഹീറോയേ ഒന്ന് നേരിട്ട് കാണാനൊരു അവസരം കിട്ടിയല്ലോ.' കയ്യിലുള്ള ഇൻവിറ്റേഷൻ കാർഡെടുത്ത് അവൾ മുഖത്തോട് ചേർത്ത് വച്ചു; ദിവ്യയുടെ കമന്റ് 'എടീ ഭയങ്കരീ നിന്റെ സെന്റിമെന്റ്സ് മുഴുവൻ ഹീറോയെ കണ്ടപ്പോ പോയോ?'

'അയ്യോ എന്റെ ശ്രുതിമായ ടീച്ചർ എന്നെ ഇന്ന് കൊല്ലും വാടീ', ശില്പ നടത്തത്തിന്ന് സ്പീഡ് കൂട്ടി. കണക്ക് കൂട്ടലുകൾ തെറ്റിയില്ല. വീട്ടിന്റെ ഗെയ്റ്റിന് മുന്നിൽ ശ്രുതിമായ ടീച്ചർ. ശില്പയുടെ അമ്മ മകളെ കാത്ത് ക്ഷമ നശിച്ചപോലെ അപ്പോ വാച്ചിൽ നോക്കുന്നുണ്ട്. അമ്മ ചോദിക്കും മുമ്പെ ശില്പ ഓടിച്ചെന്ന് ഇൻവിറ്റേഷൻ കാർഡ് അമ്മയ്ക്ക് കൊടുത്തു. 'അമ്മേ ഇത് നോക്ക് ഞാൻ വൈകിയതും ഇത് കൊണ്ടാണ്.' ടീച്ചർ ശകാര രൂപത്തിൽ ശില്പയോട് 'ഏത് കൊണ്ട്? സ്കൂൾ വിട്ടിട്ട് എത്ര സമയമായെടീ. നീ എന്താ ഇന്ന് സ്കൂൾ ബസ്സിൽ വരാത്തത്?' ശില്പ വീണ്ടും 'അമ്മേ; നമ്മുടെ സ്കൂളിന്റെ സുവർണ്ണ ജൂബിലിയാഘോഷമാണെന്ന് അമ്മയോട് ഞാൻ പറഞ്ഞില്ലെ. സ്കൂളിലെ ലൈബ്രറി ഉദ്ഘാടനവും അന്നല്ലെ. അന്ന് ഉദ്ഘാടനത്തിന് വരുന്നത് തമിഴ് മലയാളംകന്നഡ സിനിമ അഭിനയിക്കുന്ന നമ്മുടെ പ്രിയ ഹീറോ ശ്രീരജ്ജൻസാറാണ്. ശ്രുതിമായ ടീച്ചറെ ആ ഇൻവിറ്റേഷൻ ഒന്ന് നോക്ക്.' അമ്മയുടെ ദേഷ്യം ശമിപ്പിക്കാൻ ശില്പ പണി പതിനെട്ടും നോക്കി. 'ശില്പ എസ് ആണ് ആങ്കറിങ്ങിന്. മേരി ടീച്ചർ എന്നെയാണ് ആങ്കറിങ്ങിൽ തെരഞ്ഞെടുത്തത്. ഞാൻ ഡാൻസിനും പേരുകൊടുത്തിരുന്നു. അമ്മ ആ കാർഡ് ഒന്ന് നോക്കമ്മേ. പിന്നെ, ഗസ്റ്റ് തങ്ങുന്ന വീട് ഒന്ന് കാണണ അമ്മേ, ശ്രുതിമായ ടീച്ചറേ. നമ്മുടെ നാരായണീയം പോലുണ്ട്.'

ശ്രുതിമായ ടീച്ചർ 'ഉം. നീ അകത്ത് പോയി ഡ്രസ്സ് മാറി കുളിക്ക്. നീയും നിന്റെ ഭാവനയും. നാരായണീയത്തിന് സമം നാരായണീയം മാത്രം. അത് മറ്റൊന്നാവില്ല. തെണ്ടിത്തിരിയാൻ ഓരോ കാരണം. ഇനി എങ്ങാനും അത് പറഞ്ഞു എവിടെലും പോയാൽ, പിന്നെ നീ സ്കൂളിൽ പോവില്ല കേട്ടോടീ.'

ഇങ്ങനെ ഒക്കെ പറഞ്ഞാലും അമ്മയ്ക്ക് നാരായണീയം പ്രിയം തന്നെയാണ് അതുകൊണ്ടാവാം അതിനെ മറ്റൊന്നിനോട് സാമ്യപ്പെടുത്തുന്നത്, ശ്രുതി മായ ടീച്ചർക്ക് ഇഷ്ടപ്പെടാത്തത്. പലപ്പോഴും അമ്മ അമ്പലത്തിൽ പോയി അച്ഛന്റെ ജന്മദിനത്തിന് പ്രാർത്ഥന ചെയ്യാറുണ്ട്. അങ്ങനെയാണ് അച്ഛന്റെ പേര് ആദ്യം അറിഞ്ഞത്. പിന്നീട് രേഖാന്റിയിൽ നിന്നും അത് ഉറപ്പിച്ചു. എങ്കിലും ശ്രുതിമായ ടീച്ചർ മോളുടെ മുന്നിൽ ഒരിക്കലും ഒന്നും തുറന്ന് കാട്ടില്ലെന്ന പ്രതിജ്ഞപോലെ.

ശ്രുതിമായ ടീച്ചർക്ക് അന്ന് ഉറങ്ങാൻ കഴിഞ്ഞില്ല. മറക്കാൻ ശ്രമിച്ചതെന്തോ മകൾ വീണ്ടും തിരിച്ച് കൊണ്ടുവന്നപോലെ നാരായണീയം തന്നെയായിരിക്കും ടീച്ചറിന്റെ ഉറക്കം കെടുത്തിയത്. നിറങ്ങൾ മാറി മാറി ടീച്ചറിന്റെ നിദ്രയെ അലോസരപ്പെടുത്തി. നാരായണീയം ടീച്ചർക്കെന്നും പ്രിയപ്പെട്ടതാണ്.

സ്കൂളിലെ ജൂബിലി ആഘോഷവും ഉദ്ഘാടന ചടങ്ങും നടക്കുന്ന രാത്രിയിൽ ശില്പ പരിപാടിക്കിടയിലും അമ്മയെതേടി. എവിടെയും കണ്ടില്ല. കുട്ടികൾ തിമിർത്താടി. ശില്പയും കൂട്ടുകാരും സ്റ്റേജിൽ നിറഞ്ഞു നിന്നു. ഹീറോക്കൊപ്പം ഫോട്ടോ എടുക്കാനും സെൽഫി എടുക്കാനും വിദ്യാർത്ഥികളും അധ്യാപകരും രക്ഷിതാക്കളും മത്സരിക്കുന്നു. കുട്ടികൾ നിർബന്ധിച്ച് അദ്ദേഹത്തിനെകൊണ്ട് 'നിശാദോ' എന്ന പാട്ട് പാടിച്ചു. പരിപാടി കഴിഞ്ഞ ആ കലാ രത്നം സ്റ്റേജ് വിട്ട് സദസ്സ് വിട്ട് പോയശേഷം ആളുടെ കൂറ്റൻ തിരക്ക് ഒഴിഞ്ഞ ശേഷം ശ്രുതിമായ ടീച്ചർ മെല്ലെ സ്റ്റേജിന്നരികിൽ വന്ന് മകളെയും കൂട്ടി കാറിനടുത്തേക്ക് വന്നു. 'അമ്മേ അമ്മയെ ഞാൻ എത്ര നോക്കി. എത്ര വിളിച്ചു. കഷ്ടമുണ്ട് അമ്മേ. എല്ലാവരും ഫാമിലിയായി അദ്ദേഹത്തോടൊപ്പം ഫോട്ടോ എടുത്തു. വേണി ടീച്ചർ ടീച്ചറെ മകളെയും കൂട്ടി അദ്ദേഹത്തോടൊപ്പം സെൽഫി എടുത്തപ്പോ സങ്കടം തോന്നി എനിക്ക്. എന്റെ അമ്മ മാത്രം ഇങ്ങനെയായിപ്പോയല്ലോ.' 'ഞാനും നിന്നോടൊപ്പമുണ്ടായിരുന്നു. എല്ലാവരും അല്ല മോളെ നമ്മൾ. താരതമ്യം ചെയ്യുന്നത് നിർത്ത്. നീ ഇപ്പോൾ നമ്മുടെ ഡ്രൈവർ ഗോപിയേട്ടനെ ഒന്ന് വിളിക്ക്. എനിക്ക് രാത്രിയായത് കൊണ്ടായിരിക്കാം, ഡ്രൈവ് ചെയ്യാൻ വയ്യ. എന്തോ തലകറക്കം

പോലെ.' 'എന്തേ അമ്മയ്ക്ക് സുഖമില്ലെ?' ശില്പ ഉടനെ ഡ്രൈവർ ഗോപിയേട്ടനെ വിളിച്ചു. ഗോപിയേട്ടൻ വന്നശേഷം അവർ രണ്ടുപേരും വീട്ടിലേക്ക് യാത്രയായി. എന്തോ തലേദിവസം രാത്രിയിൽ ഉറക്കത്തി നിടയിൽ സംഭവിച്ചതുപോലെ നിറങ്ങളുടെ വിസ്മയം തലയ്ക്കുള്ളിൽ സംഭവിക്കുന്നതുപോലെ ശ്രുതിമായയ്ക്ക് തോന്നി. അതിനിടയിൽ മകൾ പറയുന്നത് നേരിയ ഇടർച്ചപോലെ കേൾക്കാം. അവൾ അദ്ദേഹത്തെ വർണ്ണിക്കയാണ്. 'എന്തൊരു തേജസ്സാ അമ്മേ ആ മുഖത്ത്. എനിക്ക് വീണ്ടും കാണണമെന്ന് തോന്നുന്നു.' മകൾ പറഞ്ഞ വാക്ക് അവിടങ്ങ ളിൽ തങ്ങിയതല്ലാതെ ശ്രുതിമായ മറുപടിയൊന്നും പറഞ്ഞില്ല. വീട്ടി ലെത്തി. ഡ്രൈവർ ഗോപിയെ പറഞ്ഞുവിട്ടശേഷം അത്താഴം എടുത്ത് വച്ച് പക്ഷെ രണ്ടുപേരും കഴിച്ചില്ല എന്നത് വാസ്തവം. കിടപ്പ് മുറിയി ലേക്ക് പോയ ശില്പ അമ്മ രാത്രിയിൽ ഉറങ്ങിയില്ല എന്ന് മനസ്സിലാ ക്കി. അമ്മയുടെ മുറിയിൽ കയറി നോക്കിയപ്പോൾ അമ്മ തന്റെ ഫോൺ പരിശോധിക്കുന്നു.

അമ്മ മാലയുടെ ലോക്കറ്റിൽ ഒളിപ്പിച്ച് വച്ച അച്ഛന്റെ ഫോട്ടോ ശി ല്പ കണ്ടെത്തി. ശില്പയുടെ ഞരമ്പിലെ രക്തത്തോടൊപ്പം തീഷ്ണ മായി എരിഞ്ഞുകയറുന്ന നിറമുള്ള ചൂടും. രേഖാന്റിയുടെ വാക്കുക ളും ശില്പയിലെ മകളെ വലിഞ്ഞു മുറുക്കി.

'ശ്രാവൺ അന്ന് എന്നെതേടി നാരായണീയത്തിൽ വരുമ്പോൾ വ ളരെ പരിഭ്രാന്തനായിരുന്നു. ഇന്നുവരെ അത്രയും വ്യാകുലതയോടെ ഞാൻ ശ്രാവണിനെ കണ്ടിട്ടില്ല. അത് സന്ധ്യാനേരമായിരുന്നു. വിള ക്കിൽ തിരി കത്തിച്ചതേയുള്ളൂ. അതേ തിരി നാളത്തിന്റെ പകർപ്പ് അങ്ങ് ചക്രവാള സീമയിലും കാണാമായിരുന്നു. അത് കൺചിമ്മാതിരിക്കാൻ ആകാശം പാട് പെടുന്നതുപോലെ. കടലാണെങ്കിൽ അതിനേ തന്നിലേ ക്കടുപ്പിക്കാൻ ശ്രമിക്കുന്നു.

ഉമ്മറത്ത് ആരോ അന്യനെപോലെ നിൽക്കുന്നത് കണ്ടു. രാഘവേ ട്ടൻ എന്നെ വിളിച്ചു. ഞാൻ പുറത്തേക്ക് വന്ന് നോക്കിയപ്പോൾ തളർന്ന് വിവശനായ ശ്രാവൺ എന്നെകണ്ടതും കണ്ണുകൾ നിറഞ്ഞു. അത് കാ ണിക്കാതിരിക്കാൻ കയ്യിലെ കണ്ണട നീലഗ്ലാസ്സുള്ള കണ്ണട കണ്ണിൽ ധരി ച്ചു. രേഖേച്ചി എനിക്ക് മായേ കാണണം എന്നായിരുന്നു ആദ്യത്തെ ആവശ്യം. എന്റെ കുഞ്ഞിനെ എനിക്ക് വേണം. മായയെ എനിക്ക് കാ ണാതിരിക്കാൻ കഴിയില്ല. എന്നൊടൊപ്പം അവളുടെ താമസ സ്ഥലത്ത് വരണം. പിന്നീട് പല സ്ഥലങ്ങളിലും ഞങ്ങൾ മായയെ തിരഞ്ഞു കണ്ടി ല്ല. ഒരിക്കൽ ശ്രാവണിന് വേണ്ടി മായയുടെ തറവാട് വീട്ടിൽ ഞാൻ

പോയപ്പോൾ ആട്ടി ഇറക്കി. ശ്രാവണാണ് കുഞ്ഞിന്റെ അച്ഛൻ എന്ന് ആരും അറിയാതിരിക്കണം എന്നായിരുന്നു മായയുടെ നിർബന്ധം. കാരണം ശ്രാവണിന്റെ മുഖം കരിപുരളാതിരിക്കാൻ അവൾ വളരെയധികം ശ്രദ്ധിച്ചു. അതിന് വേണ്ടി അവൾ മൂടുപടമണിഞ്ഞു. പിന്നീട് 3 വയസ്സുള്ള ശില്പമോളുമായിട്ടാണ് അവൾ നാരായണീയത്തിൽ എത്തുന്നത്. ശില്പയുടെ മുഖത്ത് നോക്കിയപ്പോഴെ ശ്രാവണിനെ എനിക്ക് കാണുന്നു എന്ന് രേഖ ശ്രുതിമായയോട്, നാരായണീയത്തിൽ വച്ച് പറഞ്ഞു. അത്രയും സാമ്യം ശില്പയിൽ അവർക്ക് തോന്നിയിരിക്കണം.'

എല്ലാവരിൽ നിന്നും ഒഴിഞ്ഞ് താമസിക്കാനാണ് ശ്രുതിമായ ഇവിടേക്ക് താമസം മാറ്റിയത്. അയാളുടെ ഓർമ്മകളിൽ മാത്രം അവൾ ജീവിച്ചു.

മെയ് മാസപൂവ് ഈ വർഷം നേരത്തെ വസന്തം തൂകിയോ. പ്രഭാതത്തിന് അന്ന് നല്ല പ്രസരിപ്പായിരുന്നെങ്കിലും ശ്രുതിമായ ടീച്ചർ മുരടിച്ച മൊട്ട് പോലെ വണ്ടിൽ നിന്ന് അടർന്ന് മാറിയ പുഷ്പംപോലെ കാണപ്പെട്ടു. ശില്പ അമ്മയുടെ അടുത്ത് ചെന്ന് പുറകിൽ നിന്ന് കഴുത്ത് ചുറ്റിപിടിച്ചു. 'അമ്മേ എന്താണമ്മേ ഇത്. അമ്മയുടെ പ്രശ്നമെന്താ എനി ഞാൻ അച്ഛന്റെ കാര്യമേ പറയില്ല. ദിവ്യ പറഞ്ഞത് ശരിയാണ്.' ശ്രുതിമായടീച്ചർ മോളുടെ മുഖത്ത് തന്നെ നോക്കി. 'എന്താ ദിവ്യ പറഞ്ഞത്.' 'എത്ര പേരുണ്ട് ഈ ലോകത്ത് അച്ഛനില്ലാത്ത കുട്ടികൾ എന്ന്?' ശ്രുതിമായ ടീച്ചർ മകളോട്. 'അതെന്താ അവൾ അങ്ങനെ പറയാൻ കാരണം? നീ എന്തെലും പറഞ്ഞോ?' 'എന്റെ അമ്മേ അതൊന്നുമല്ല. അവളിങ്ങനെ ചുമ്മാ ഓരോ കാര്യം പറഞ്ഞതാ.' 'നീയൊന്നു പോകുന്നുണ്ടോ ശില്പാ'? 'ഉം. പോകുന്നു.'

'അമ്മ നോക്ക് ഇന്നലത്തെ കലാരത്നം തന്നെ നോക്ക്, അദ്ദേഹത്തിന് കുടുംബമുണ്ടോ? എത്ര വലിയ ആളാണ് അദ്ദേഹം പിന്നെ അല്ലെ നമ്മൾ.' മായ ടീച്ചർ മകളെ ശകാരിച്ചു. 'താരതമ്യം വേണ്ട ശില്പ.' താരതമ്യമല്ല അമ്മെ അറിവ്. അറിവാണമ്മേ അത്. ഞാൻ ഈ ലോകത്ത് ഏറ്റവും ഭാഗ്യവതിയായ മോളാണെന്ന അറിവ്.' മോളുടെ വാക്കുകൾക്കൊപ്പമെത്താൻ ടീച്ചർക്ക് പറ്റിയതേയില്ല. 'ഇനി അമ്മ ഈ കാര്യമോർത്ത് വിഷമിക്കണ്ട. എനിക്ക് അച്ഛനെ അറിയണ്ട.'

ശ്രുതിമായ ടീച്ചർ മോളെ കെട്ടിപ്പിടിച്ചു. എല്ലാം ഒരു നിശ്വാസത്തിലൊതുക്കി.

പിറ്റേന്ന് അവൾ ആ വീട്ടിന്റെ മുന്നിലെത്തി. ഗെയ്റ്റിൽ നിൽക്കുന്ന മദ്ധ്യവയസ്ക്കനോട് ഒരു ചോദ്യം. 'എനിക്ക് ശ്രീരഞ്ജൻ സാറിനെ കാ

ണാമോ?' അദ്ദേഹം പറഞ്ഞു. 'ഇല്ല കുട്ടീ.' അദ്ദേഹം പോകാനൊരുങ്ങി. 'ഇപ്പോ വെറുതെ കാണാൻ ശ്രമിക്കണ്ട. കാണാൻ പറ്റില്ല.' മഞ്ഞ നിറമുള്ള പഴുത്ത തൂങ്ങിക്കിടക്കുന്ന പേരയ്ക്കാ പഴത്തിന് ഇടയിലൂടെ ആ കാർ മുന്നിലെത്തി. ഗേറ്റിലെത്തിയപ്പോൾ ശില്പ കൈകാണിച്ച് മുന്നിൽ നിന്നു. കാറിന്റെ ഗ്ലാസ് താഴ്ത്തി ഡ്രൈവർ ചോദിച്ചു. 'എന്താ കുട്ടി. നീ ഇന്നലെ പരിപാടിയിൽ ആങ്കറിങ്ങ് അവതരിപ്പിച്ച കുട്ടിയല്ലെ?' 'അതെ സാറിനെ ഒന്ന് കണ്ടാൽ മതി.' അപ്പോഴേയ്ക്ക് ഡ്രൈവറിനോട് വണ്ടി നിർത്താനാവശ്യപ്പെട്ട് അദ്ദേഹം പിറകിലേ ക്ലാസ് താഴ്ത്തി. ശില്പ അല്ലെ? ഇന്നലെ തന്നെ മോള് എന്റെ മനസ്സിൽ സ്ഥാനം പിടിച്ചിരുന്നു. നന്നായിരുന്നു ആ ആങ്കറിങ്ങ് ഡാൻസും വളരെ നന്നായി ചെയ്തു. അദ്ദേഹമവളുടെ കൈത്തലം ചുണ്ടിനോട് ചേർത്തു പറഞ്ഞു. എനിക്ക് പ്രിയമുള്ള പേരാണ് ശില്പ. എന്റെ മകൾക്ക് ഞാൻ ഇടാനിരുന്ന പേര്.

♦

ചക്രം

കടിച്ചത് നല്ല ആളാന്ന് "കരിമൂർഖൻ" വിഷവൈദ്യർ പറയന്നെന്ന് മുപ്പട്ടെ എന്ക്ക് തോന്നിന് ചില്ലറപ്പെട്ട ആളല്ല തൊട്ടതെന്ന്. വലംവെച്ച നടക്ക്ന്ന് കൊറേ കാലായി.

വള്ളിപോലെ, കുഞ്ഞാണി അമ്മ കുശുകുത്തു മറുപടിയൊന്നും കിട്ടാത്തപ്പോൾ വേരുപോലുള്ള സ്വാമി അമ്മയുടെ മുടിയിലേക്ക് നോക്കി പിറുപിറുത്തു. അവരുടെ പിഞ്ഞാണം പോലുള്ള കണ്ണ് പിന്നെയും ഒച്ചിനേ പോലെ കുടില വിഷയങ്ങൾ തപ്പിനടപ്പായിരുന്നു.

അന്ന് ഒരു സന്ധ്യാനേരം പൂരം കൂടിയ സമയം സൊസൈറ്റിക്ക് നൂലും നല്ലീം എല്ലാം വാങ്ങി വരുന്ന വഴി മുരിക്ക് മരത്തിന്റെ ചുവട്ടിന്ന് കാലിൽ എന്തോ കുത്തി. മുള്ളാണെന്ന് വച്ച് നെയ്ത്ത്കാരൻ ഭാസ്കരൻ നടന്നു. വീട്ട് മുറ്റത്തെത്തി അമ്മിണി എന്നൊരു വിളി മാത്രം. ഭാസ്കരൻ നീലവർണ്ണത്തോടെ പുറത്ത് വച്ച പഴയ മഗ്ഗത്തിന്റെ പുറത്തേക്ക് ചാഞ്ഞ് വീണു. പിന്നെ എല്ലാം നിമിഷ നേരം കൊണ്ട് അവസാനിച്ചു. ഇപ്പോ ഇതാ അമ്മിണിയും. നെയ്ത്ത്കാരൻ ഭാസ്കരൻ ഒരു സാത്ത്വികനായിരുന്നു. എല്ലാവർക്കും ഉപകാരി. മഴവെള്ളം പോലുള്ള മനുഷ്യൻ എന്നാണ് പച്ചക്കറി കടയിലെ ചാത്തുട്ടി പറയാറുള്ളത്. നെയ്ത്ത് സമയത്ത് മറ്റൊരു കാര്യത്തിലും ഭാസ്കരന്റെ ശ്രദ്ധ പോകാറില്ല. താളിലയിൽ വീണ മഞ്ഞുകണം പോലെ രണ്ടു ജീവനും പോയി. ഒരു സന്ധ്യാനേരം. തെരുവിൽ പൂരാഘോഷത്തിന്റെ ചമയങ്ങൾ. പെൺ കുരുന്നുകളുടെ കുപ്പിവള കാമദേവനോട് കൊഞ്ചി കുഴയുന്നു. രാവിലെ കാമദേവപൂജക്കായ് ഒരുക്കിയ പൂവിന് സന്ധ്യാനേരം തൂവൻ കാട്ടി മൂന്നു പ്രാവശ്യം വെള്ളം തളിക്കുന്നു. മീന മാസത്തിലെ കാർത്തിക നാളിൽ കാമദേവനെ പൂജിച്ചാൽ പെൺകുട്ടികൾക്ക് നല്ല വരനെ കിട്ടും എന്നാണ് ഐതിഹ്യം. ഒരു വാലുള്ള പാത്രത്തിൽ കനൽകട്ട വെച്ചാണ് കാമദേവ പൂജയ്ക്ക് തൂവൻ കാട്ടുന്നത്. അന്ന് കാവിൽ ദേവിയുടെ കോമരങ്ങൾ കാമദേവന് പൂജസമയത്ത് തുള്ളിയാടും. ദേവിയുടെ കൂവൽ വാളിന്റെയും ചിലമ്പിന്റെയും ഒത്ത് ചേരലിന്റെ ആരവം. തെരുവിലെ സന്ധ്യയുടെ നിശ്ശബ്ദതയിൽ നിറഞ്ഞു നിൽക്കും ചുവപ്പുടുത്ത കോമ

രങ്ങൾ അന്നത്തെ സന്ധ്യയും നൃത്തലഹരിയിലാണോ എന്നറിയില്ല. ഭാസ്കരൻ കുടുംബത്തിന്റെ കഠിനാധ്വാനം കണ്ട് കാലമേനിക്ക് അസൂയ തോന്നിയ പോലെ ആ നെയ്ത്ത് തൊഴിലാളി കുടുംബം കണ്ണീരിനാൽ ജലാർദ്രമായി.

എവിടെയും മക്കളെ തനിച്ചാക്കാത്ത മാതാപിതാക്കൾ നെയ്ത്തിലെ ഊടും പാവും ചിട്ടപ്പെടുത്തുമ്പോലെ മഗ്ഗത്തിന്റെ താളത്തിലും മക്കളുടെ കാൽപെരുമാറ്റം ശ്രദ്ധിക്കുന്നവൾ. അമ്മിണി "എല്ലാം ആ കൊച്ചുപെണ്ണിന്റെ ഗായത്രിയുടെ ചുമലിൽ ചാർത്തിയിട്ട്" കാറ്റായ് മാറി. ചെമ്മണ്ണ് ഇടിഞ്ഞ് വീണ മഴയുടെ കുത്തൊഴുക്ക് പോലെ അവളുടെ കണ്ണ് ചുവന്ന് കലങ്ങി ഒഴുകി.

അശാന്തമായ ഹൃദയമിടിപ്പ് നെഞ്ചിലെ തീരാനോവായി മാറിയപ്പോ കണ്ണുനീർ തുള്ളിയിൽ ഒരു തുള്ളി ആ കൈത്തണ്ടയിൽ വീണു. ആരോ തന്റെ ചുമലിൽ കൈതൊട്ടു. അവൾ കലങ്ങിയ കണ്ണോടെ നോക്കി സുദേവ്. ചുണ്ടുകൾ വിതുമ്പി. മനോനില തെറ്റിയ കുറെ കറുത്ത സുന്ദരിമാരെ പോലെ അവളുടെ മുടിയിഴകൾ അങ്ങിങ്ങായി ഒതുക്കമില്ലാതെ പടർന്നിരിക്കുന്നു. അവളുടെ ആ ശാലീന മുഖസൗഭഗത്തിൽ തീകനൽ കോരിയിട്ട പോലെ ആ ലാവണ്യം വാടി കൊഴിഞ്ഞിരിക്കുന്നു.

അവൾ സുദേവിനോട് വിതുമ്പിക്കൊണ്ട് ചോദിച്ചു. കണ്ടില്ലെ എന്റെ ജീവിതവും ചുവപ്പ് പട്ടിൽ പൊതിഞ്ഞ് കെട്ടിവച്ചത്. പോകുമ്പോ രണ്ടാളും എനക്ക് തരാൻ ചക്രവും മാലയും മഗ്ഗവും കുറെ നല്ലിയും ബാക്കി വെച്ചു. ഞാൻ ഇനി അവരെയാണ് സ്നേഹിക്കേണ്ടത്. 'ശോകാർദ്രമായ ചന്ദനത്തിരിയുടെ മരണഗന്ധം.' സുദേവന്റെ നെഞ്ചകം പിളർന്നു. സങ്കടം അടക്കാൻ പറ്റാതെ സുദേവ് അവിടെ നിന്നിറങ്ങി.

ആദ്യം കാണുന്നത് സ്കൂളിൽ വെച്ചാണ്. അവന്റെ അമ്മാവന്റെ കാനഡയിൽ വളർന്ന മകൾ ശീതളിന് വേണ്ടിയാണ് സുദേവ് ഗായത്രിയെ തേടിയെത്തുന്നത്. കാനഡയിൽ വളർന്ന ശീതളിന് പറ്റിയ ഒരു കൂട്ടിന്ന് വേണ്ടി ക്ലാസ് ലീഡറായ സുദേവ് സ്കൂളിൽ മുഴുവൻ തേടിയപ്പോൾ കണ്ടെത്തിയതാണ് ഗായത്രിയെ.

സ്വർണ്ണമുടിയുള്ള വെളുത്ത വൻപയറിന്റെ കളറുള്ള ശീതളിനെ ആദ്യം കണ്ടപ്പോ ഗായത്രി ഒന്ന് പകച്ചു. അവളുടെ മൃദുലമായ കൈകൊണ്ട് ഗായത്രിയുടെ കൈത്തലത്തിൽ ചേർത്ത് പിടിച്ചു. അന്നുമുതൽ ശീതളിന്റെ ഉറ്റചങ്ങാതിയായ ഗായത്രി മെല്ലെ സുദേവിനും പ്രിയപ്പെട്ടവളായി.

ഒരിക്കൽ സുദേവിനോട് ഗായത്രി ചോദിച്ചു. 'ഈ സ്വർണ്ണ വർണ്ണക്കിളിയുണ്ടാകുമ്പോൾ നീ എന്തിനാണ് സാധാരണക്കാരിയും അന്യജാതി

ക്കാരിയുമായ എന്നെ പ്രണയിക്കുന്നത്. അപ്പോൾ സുദേവ് ചോദിച്ചു. 'പൂക്കളിൽ മനോഹാരിണിയായ റോസാപൂവുള്ളപ്പോൾ സുരന്മാരിൽ സുന്ദരനായ കാമദേവൻ എന്തിനാണ് തന്റെ പൂജക്കായ് പൂരനാളിൽ ചെമ്പക പൂക്കളെ തിരഞ്ഞെടുത്തത്? നീ കാണുന്ന സൗന്ദര്യമല്ല ഞാനും എന്റെ മനസ്സും കാണുന്നത്.' ജീവിതത്തിൽ ഒരിക്കലും പിരിയില്ലെന്ന ഉറച്ച വിശ്വാസത്തോടെ കടന്നു പോയദിനങ്ങൾ.

ഒരിക്കൽ എല്ലാറ്റിലും മാർഗ്ഗനിർദ്ദേശി കൂടിയായ ഗായത്രി സുദേവിൽ നിന്ന് പടിയിറങ്ങാൻ ശ്രമിക്കയായിരുന്നു എന്ന് സുദേവ് തിരിച്ചറിഞ്ഞത് ഗായത്രിയുടെ കത്തിൽ നിന്നായിരുന്നു. നമ്മൾ ഇനി കാണാൻ പാടില്ലാ എന്നും അമ്മാവന്റെ സംരക്ഷണയിൽ ജീവിക്കുന്ന എനിക്കും അനിയത്തിമാർക്കും അതു ബുദ്ധിമുട്ടാകുമെന്നും ഗായത്രി എഴുതി. സത്യത്തിൽ ഗായത്രിയെ ആരും സംരക്ഷിക്കുന്നില്ല എന്നും അവൾക്കുള്ള ഏകാശ്രയം നൂലും ചക്രവും നെയ്ത്തും മാത്രമായിരുന്നു എന്നും അവൾ പഠനവും ഉപേക്ഷിച്ചെന്നും, തന്റെ ജീവിതത്തിൽ നിന്നും പടിയിറങ്ങി എന്നും സുദേവ് തിരിച്ചറിഞ്ഞു.

ആ നാട്ടിലെ എത്രയോ പേരുടെ അടുപ്പ് പുകയാൻ ഈ നെയ്ത്ത് കാരണമായിട്ടുണ്ട്. ദൂരെ ദിക്കിൽ നിന്ന് ജോലി തേടി ഭാസ്കരന്റെ നെയ്ത്ത് പുരയിലെത്തിയവരുണ്ട്. ജോലി തേടിയെത്തുന്ന ആരെയും നെയ്ത്തുകാരൻ ഭാസ്കരൻ കയ്യൊഴിയാറില്ല. ചെറിയ വരുമാനം മാത്രം മിച്ചം വരും. എങ്കിലും കഠിനാദ്ധ്വാനിയായിരുന്നു ഭാസ്കരനും അമ്മിണിയും. ശ്രീധരൻ മുതലാളിയുടെ ഹോട്ടലിൽ നിന്നായിരുന്നു നെയ്ത്ത് തൊഴിലാളികൾക്ക് ഇടനേരത്തെ ഭക്ഷണം. അത്കൊണ്ട് മുതലാളിക്കും ഒരു ചെറിയ വരുമാനമാർഗ്ഗമായി. ഭാസ്കരന്റെ നെയ്ത്ത് പുര. മരമില്ലിൽ നിന്ന് വിറകുമായി വരുന്ന നാരായണി അമ്മിണിയോട് കുശുമ്പ് പറയും. 'നിനക്ക് എന്തപ്പ ഞങ്ങ രാവിലെ പോയി ആ മരമില്ലിന്റെ മുമ്പിലിരുന്നാലും വൈന്നേര ആവുമ്പം ആ മൊതലാളി രണ്ട് കെട്ട് പൊട്ട വെറക്തരും. അതുംകൊണ്ട് പോയി ആ കോലേത്തമ്മയ്ക്ക് കൊടുത്താല് അവര് പറയുന്നത് കേക്കണം. ഇതാ നാരാണി നിനക്ക് കിട്ടിയത്? ഇത് കൊത്തിയാലും കത്തുല്ല. പൈസ വെറുതേ കളയാന്നെയില്ലു നാരാണി. അയിന പറന്ന് യോഗം വേണം, യോഗം പൂരായാലും കളിയാട്ടായാലും കലശായാലും എഴുന്നള്ളത്തായാലും. നമ്മ നിന്നപ്പോലെയല്ല അമ്മിണി.' അപ്പോ അമ്മിണി പറഞ്ഞു. 'ഞാനും ഈ തെരുവിലെ എല്ലാരെ പോലെ നല്ലി ചുറ്റിറ്റും നെയ്ത്ത് പണി എടുത്തിറ്റും തന്നെ നാരാണി ജീവിക്കുന്നത്. നീ പോര് നാളെ മുതൽ എന്റെ ഒപ്പരം ന

ല്ലി ചുറ്റാൻ. പിന്നെ നാരാണിക്ക് മിണ്ടാട്ടമുണ്ടാവില്ല. ഞാൻ പോന്നമ്മിണി. പോയിറ്റ് വേണം അത്തായം വെക്കാൻ എന്നും പറഞ്ഞ് നാരാണി ഒരു പോക്ക് പോവും. അമ്മിണി ആങ്ങളെ ഒരുത്തന് വിദേശത്ത് ജോലിയാക്കി കൊടുത്തത് ഈ നെയ്ത്ത് പുരയിടത്തിലെ വരുമാനം കൊണ്ടു തന്നെയാണ്. ഭാസ്കരന്റെ അനിയത്തിമാർക്കും അമ്മിണിയുടെ ബന്ധക്കാർക്കും ഒക്കെ ഈ നെയ്ത്ത് പുര തൊണയായിട്ടുണ്ട്. ആ പ്രദേശത്ത് പുന്തിട്ട പോലെ കിടക്കുന്ന വീടുകളിൽ പലയിടത്തും നേരം വെളുത്താൽ അന്തിവരെ നെയ്ത്തിന്റെ ശ്രുതിലയം കേൾക്കാൻ പറ്റും. അവരെല്ലാം പണ്ടേ ഗുരു കാരണവന്മാരായി ചെയ്യുന്ന കുലതൊഴിലാണ്.

ഒരിക്കൽ മൂസയുടെ വീട്ടിൽ പണിക്ക് പോയി വരുന്ന വഴിക്ക് ഗോപികുട്ടൻ ശ്രീധരൻ മുതലാളിയുടെ കടേന്ന് ചായ കുടിച്ചോണ്ട്, നെയ്ത്ത് കാരൻ ബാലകൃഷ്ണനോട് പറഞ്ഞു. 'നിങ്ങളെ ഈ നെയ്ത്ത് കുപ്പായം ഇട്ടാ മേലെല്ലാം ഉമിക്ക്ന്ന മാതിരി. അയാളുടെ കയ്യിലുണ്ടായിരുന്ന മൂസ കൊടുത്തു വിട്ട, സിൽക്കുകുപ്പായം ബാലകൃഷ്ണനെകാണിച്ചോണ്ട് പറഞ്ഞ് ഇത് കണ്ടാ! ഇത് ഓന്റെ മൂത്തമോൻ അമേരിക്കെന്ന് കൊണ്ടന്നതാണ്. ഇത് കാണാൻ എന്ത് സുഖം. ഇട്ടാലും അങ്ങനെന്നെ. പിന്നെ എന്തിന് നെയ്ത്ത് കുപ്പായം.' ഇത് കേട്ട് നിന്ന നെയ്ത്തുകാരൻ ഭാസ്കരൻ ഗോപികുട്ടനോട് പറഞ്ഞു. അതേ ഗോപികുട്ടാ 'ഈ നാട്ട്ന്ന് സാധനം കൊണ്ടോയിറ്റ് അത് ആട്ന്ന് കളറ് മാറ്റിറ്റ് ഇങ്ങോട്ടെന്നെ കൊണ്ടരുമ്പം നിന്നെ പോലീല്ലോന് സായിപ്പിന്റെ കയ്യോണ്ട് തരുംമ്പം അയിന് വെല്ല്യപ്രീയം. ഈട്ന്ന് കിട്ടുമ്പം നിനക്ക് അത് ഇട്മ്പം ചൊറിയും". വെറുതെയല്ല സായിപ്പ് ഇത്ര വളർന്നിനി നിന്നെ പോലെ ഇല്ലൊനല്ലെ ഈ നാട്ടില്. പിന്നെങ്ങനെ സായിപ്പിന്റെ കീശ നിറയാണ്ടിരിക്കും നെയ്ത്ത് പൊരേന്നാന്ന് നീയും വളർന്നത് ഓർക്ക്ന്നണ്ടായ നല്ലത് ഭാസ്കരന്റെ ധാർമ്മികരോഷം കണ്ട് തണുപ്പിക്കാൻ എന്ന പോലെ ശ്രീധരൻ മൊതലാളി പറഞ്ഞു. 'അത് നീ നല്ലോണം സോപ്പിട്ട് നനക്കാഞ്ഞിട്ടാണ്. നനക്കാണ്ട് ഇട്ടാൽ സായിപ്പിന്റെ കുപ്പായും ചൊറിയും.' ബാലകൃഷ്ണൻ പിറകെ താങ്ങി. 'അയിന് അയാള് കുളിച്ചിട്ട് തന്നെ ദിവസങ്ങളായിട്ടാവും.'

ഗോപികുട്ടൻ മുസ കൊടുത്ത സിൽക്ക് കുപ്പായവും ഫോറിൻ ഗന്ധമുള്ള അത്തറും പ്ലാസ്റ്റിക്ക് കവറിലേക്ക് മടക്കി വച്ച് ഗമയിൽ ഇറങ്ങി നടന്നു. പക്ഷെ ചമ്മല് പുറത്ത് കാട്ടാത്തതാണെന്ന് പോക്ക് കണ്ടാൽ അറിയാമായിരുന്നു. അപ്പോഴും കളഭക്കുറിയിട്ട് കാമദേവനെ എതിരേൽക്കുന്ന ചെമ്പകപൂവ് കുലകുലയായി ചിരിച്ച് നിൽക്കുന്ന ഇപ്പോ എല്ലാ

ഭാരങ്ങളും ആ ഇളം കയ്യിലിട്ട് നെയ്ത്ത്കാരൻ ഭാസ്കരന്റെ പിറകെ അമ്മിണിയും പോയി.

ജീവിതത്തിന്റെ മധുരിമ നുണയേണ്ട കാലത്ത് അവൾ ഇടഞ്ഞ വേണുഗാനം പോലെ തപ്പിതടഞ്ഞ് മുന്നോട്ട് നീങ്ങി. അവൾ നെയ്ത്ത്കാരൻ ഭാസ്കരന്റെ മൂത്തമകൾ ഗായത്രി. ഇളയതായി രണ്ടു പെൺകുട്ടികൾ ആ പത്തൊമ്പത് വയസ്സുകാരി അമ്മയും അച്ഛനും എല്ലാമാകേണ്ടി വന്നു. അവളുടെ സ്വപ്നങ്ങളും പ്രതീക്ഷക്കും നെയ്ത്ത് പുരയിലെ കൂട്ടുകാരികളായ മഗ്ഗവും പാവും, ചക്രവും നല്ലിയും അതിനെ ബന്ധിപ്പിക്കുന്ന മാലും അവർ കനിയും പോലെയായിരിക്കും. അവളുടെ സ്വപ്നത്തിലേക്കുള്ള വഴി എന്നാണ് ഗായത്രിയുടെ വിശ്വാസം. അമ്മിണി പോകുമ്പോൾ കുറച്ച് ബാധ്യതകൾ ഉണ്ടായിരുന്നു. അതെല്ലാം തീർക്കാൻ കുറേ പാടുപെട്ടു. ഉണ്ടായിരുന്ന മൂന്ന് മഗ്ഗങ്ങളിൽ രണ്ടും അച്ഛൻ പെങ്ങളും അമ്മാവനും കൂടി കൊണ്ടുപോയി. ഇവിടെ ഇനി ഇപ്പോ ഇത്രയും മഗ്ഗം ആവശ്യമില്ല. തൽക്കാലം ഞങ്ങൾ എടുക്കുന്നു എന്ന് പറഞ്ഞുകൊണ്ട്പോയതാണ് തിരിച്ച് കൊടുത്തുമില്ല. ചോദിച്ചപ്പോൾ കിട്ടിയത് അതിലും അസഹ്യമായ വാക്ക്. ഒരു മഗ്ഗവും പിന്നെ ഒന്ന് രണ്ട് ചക്രങ്ങളും ബാക്കി ഉണ്ടായിരുന്നു. രാത്രി ഏറെ വൈകും വരെ ഗായത്രി നൂലു ചുറ്റും. രാവിലെ അത് സൊസൈറ്റിയിൽ കൊണ്ടുകൊടുക്കും. ആഴ്ചയിൽ നാല് ദിവസം നെയ്യും ചാത്തുട്ടി ഏട്ടന്റെ പെങ്ങളുടെ ഭർത്താവ് കുറച്ചൊക്കെ നെയ്യാൻ സഹായിക്കുമായിരുന്നു. അദ്ദേഹത്തിന് കൂലി കൊടുക്കണം. കൂലി കൊടുക്കാൻ പൈസയില്ലാത്തതു കൊണ്ട് പിന്നെ ഗായത്രി തന്നെ നെയ്യാൻ തുടങ്ങി. ചായം മുക്കലും പാവില് നൂല് കേറ്റലും എല്ലാം അവൾ സ്വന്തം ചെയ്യും. അനിയത്തിമാർ രണ്ടുപേരും പഠിക്കാൻ പോകുന്നുണ്ട്.

ഒരു നാൾ,

ഇവിടെ ആരുമില്ലെ? ഹരഹരോ ഹര ഹര, മുരുകാ മുരുകാ,

"ഓങ്കാര സ്വരൂപായ
ഓം ജോരോദായ ഓജസ്വിനി നമ:
സംവൃതായ ഇഷ്ട ചിത്താത്മനേ"

നാമജപവുമായി നെയ്ത്ത്കാരൻ ഭാസ്കരന്റെ വീട് മുറ്റത്ത് ഒരു കാവി വസ്ത്രധാരി വെളുത്ത സ്തൂലശരീരപ്രകൃതിയുള്ള വയോധിക. നെറ്റിയിൽ ഭസ്മക്കുറി ഭസ്മത്തിന് മധ്യത്തിലായി ദേവിയെ കുടിയിരുത്തിയപോലെ കുങ്കുമക്കുറി. ഇടത്ത് കയ്യിൽ കറുപ്പ് ചരടും വലത്ത് കൈത്തണ്ടയിൽ രുദ്രാക്ഷവും കെട്ടിയിട്ടുണ്ട്. അവർ വീണ്ടും സഹസ്രനാ

മം ഉറക്കെ ചൊല്ലി. ഒരു ചെറുപ്പക്കാരി പുറത്തേക്ക് വന്നു. അവളുടെ കണ്ണ് കലങ്ങിയിരിക്കുന്നു. ഉടുത്ത സാരികൊണ്ട് കണ്ണ് തുടച്ചു. ഒരു പാട് മാനസിക സമ്മർദ്ദം അനുഭവിക്കുന്നു എന്ന് അവളുടെ കണ്ണുകൾ പറയുന്നു. പുറത്ത് നിൽക്കുന്ന ആളെ കണ്ട ഉടനെ അവളുടെ ഭാവം മാറ്റാൻ ശ്രമിച്ചു. 'സ്വാമി അമ്മയോ! എത്രനാളായി കണ്ടിട്ട്?' അവർ ഒരു സന്ദേഹവും കാട്ടാതെ പറഞ്ഞു; 'കാണാനല്ലെ കുട്ടി വന്നത്?. കുറെ കാലമായി ഇവിടെ ഉണ്ടായിരുന്നില്ല. ഞാൻ ഊര് തെണ്ടിയല്ലെ? വന്നപ്പോ ഇവിടംവരെ വരണം എന്ന് തോന്നി. കാശിയിൽ പോയി. കാശിനാഥനെ കണ്ടു. വരുന്ന വഴിയാണ്.' സ്വാമി അമ്മ തുകൽ സഞ്ചിയിൽ നിന്ന് ഒരു കെട്ടെടുത്ത് ഗായത്രീയുടെ കയ്യിൽ കൊടുത്തു. 'എന്താ കുട്ടി? നീ മറച്ചു പിടിക്കുന്നത്?' ആ ചോദ്യം കേട്ടതും നിയന്ത്രിക്കാൻ ആകാത്തവിധം ആ കെട്ടി കിടന്ന ഉള്ളിലെ ചൂട് ലാവയായി പുറത്തേക്കൊഴുകി. 'എന്റെ ചക്രവും മാലും അവർ പൊട്ടിച്ച് പുറത്തേക്കെറിഞ്ഞു. എന്റെ നെയ്ത്ത് പുരയും ഞാനും എല്ലാവർക്കും കുറച്ചിലായി. ജീവിതം പോലും ഞാൻ വേണ്ടന്ന് വച്ചത് ഇത് ഉപേക്ഷിക്കാൻ കഴിയാഞ്ഞിട്ടല്ലെ?'

പണ്ടൊക്കെ വളരെ ദൂരെനിന്ന് തന്നെ തടക് തടക് താളം കളരിയിലെ കോൽക്കളിതാളം പോലെ കേൾക്കാമായിരുന്ന തറിതാളം. മുറ്റം നിറയെ ചായം മുക്കിയ നൂല് വിരിച്ചിട്ടുണ്ടാവും. ചായംമുക്കാനും നൂലുപിരിക്കാനും ഒക്കെ ആളുകളുണ്ടാവും. നല്ലിയും നൂലും ഉണ്ടെങ്കിലെല്ലെ പാവു ചുറ്റാൻ പറ്റു. പാവ് ചുറ്റിയാലല്ലെ തറിയിലിട്ട് നെയ്ത്ത് തുണിയാക്കാൻ പറ്റു. അതുപോലെ തന്നെയാണ് സ്വാമി അമ്മെ ബന്ധവും. അഗ്നിയിൽ നിന്ന് ഉയർന്ന സ്ത്രീ രൂപം എന്ന് സ്വാമി അമ്മയ്ക്ക് തോന്നി മെഴുകുതിരിയിലെ മെഴുകുപോലെ ഉറ്റി വീഴുന്ന അവളോട് സ്വാമി അമ്മ ചോദിച്ചു. 'അനിയത്തിമാരുടെ കല്യാണം കഴിഞ്ഞോ ഗായത്രി.' സ്വാമി അമ്മയോട്, 'മൂത്തവൾ റാണിയുടെ പഠിത്തം കഴിഞ്ഞപ്പോ ഈ അടുത്ത് ഉള്ള ഒരു ചെക്കനമായി കല്യാണം നടത്തി. ചെക്കൻ ബാംഗ്ളൂർ എഞ്ചിനീയർ ആണ് . ഇളയവളെ കല്യാണം തീരുമാനിക്കാൻ ചെക്കന്റെ വീട്ടുകാർ വരാൻ ദിവസം തീരുമാനിച്ചപ്പോ അച്ഛൻ പെങ്ങള് വന്ന് ബഹളം വെച്ചു. കല്യാണം നടത്തണമെങ്കിൽ എന്റെ നെയ്ത്ത് പുര പൊളിക്കണമെന്നും ചക്രങ്ങളും നൂലും കണ്ടാൽ കൊറച്ചലാണെന്നും പറഞ്ഞ് ബഹളം. ഇത് ഇവിടക്കണ്ടത് കൊണ്ട് അവർക്കെല്ലാവർക്കും കുറച്ചിലാണെന്നും പറഞ്ഞു. ഇതൊക്കെ കേട്ട് എന്റെ അനിയത്തിമാരും അവര് പറയുന്നത് ശരിയാണെന്ന് പറഞ്ഞു. ഇന്നത്തെ കാലത്ത് ആർക്ക് ഇത് വേണമെന്ന് ചോദിച്ച് എന്റെ ചക്രം പുറത്തേക്ക് വലിച്ചെ

റിഞ്ഞു. കണ്ടോ സ്വാമി അമ്മെ എന്റെ ചക്രത്തിന്റെ കണ്ണ് നിറഞ്ഞിരിക്കുന്നത്? സുമംഗലിയായ പെണ്ണിന്റെ താലിച്ചരട് പോലെ എന്റെ ചക്രത്തിന് മാലും പൊട്ടിയതു കണ്ടില്ലെ?' ദീനം ദേഹത്തെ തിന്നുന്ന കലാകാരന്റെ മുഖമുദ്ര പോലെ. ഒടിഞ്ഞ താണ ഗായത്രിയുടെ താടി പിടിച്ച് ഉയർത്തിക്കൊണ്ട് സ്വാമിയമ്മ ചോദിച്ചു. 'ഇത്രയും കാലം ഇതിലെ കുറഞ്ഞ വരുമാനം കൊണ്ട് ഈ ചക്രത്തേയും സഹോദരങ്ങളെയും നീ ഒരു പോലെ കണ്ട് സ്നേഹിച്ചു വളർത്തി.

ഇപ്പോ വരുമാനം കുറഞ്ഞപ്പോ അത് വേണ്ട. നാളെ നീയും ഇതു പോലെയല്ലെ? നിന്റെ തലയിൽ പൊങ്ങി നിൽക്കുന്ന വെള്ളി മാല് നീ കണ്ടില്ല. ഗായത്രിയുടെ മുടി ഇഴകളിൽ ഓരോന്നെടുത്ത് രണ്ടു കൂട്ടി പിണച്ച് അവർ ചോദിച്ചു. തറിയിൽ ഇങ്ങനെ നൂല് പിണച്ച് വയ്ക്കുന്ന നീ മറന്നു നിന്റെ ജീവിതം ഇങ്ങനെ പിണച്ചുവയ്ക്കാൻ.'

സ്വാമിയമ്മ ചക്രത്തിന്റെ പൊട്ടിയ മാൽ ഗായത്രിയുടെ കയ്യിൽ എടുത്ത് കൊടുത്ത് കൊണ്ട് പറഞ്ഞു. 'ഇനിയും ചെമ്പകം പൂക്കും. മീന മാസം വരും. കളറുള്ള സിൽക്ക് നൂലിൽ തുന്നിയ തുണിപോലെ വേറിട്ട പല യൗവ്വനങ്ങളും വരും. നിന്റെ തലയിലെ വെള്ളി രോമങ്ങളുടെ എണ്ണവും കൂടും. ഹര ഹരോ ഹര ഹര...'

♦

സഹപാഠികൾ

ശേഖരൻ മാഷ് പതിവുപോലെ അന്നും അതിരാവിലെ ഉണർന്നു.ജാലകത്തിന്റെ പാളി മെല്ലെ തുറന്ന് പുറത്തേക്ക് നോക്കി. സൂര്യൻ പുതപ്പ് മെല്ലെ മാറ്റി വരുന്ന പോലെ. ഇരുട്ട് പൂർണ്ണമായും മാറിയിട്ടില്ല. എഴുന്നേറ്റ് തണുത്തവെള്ളത്തിൽ മുഖം കഴുകി. രാത്രി കിടക്കുന്നതിനു മുമ്പായി അദ്ദേഹത്തിന് കുടിക്കാനായി ഭാര്യ മൺപാത്രത്തിൽ വയ്ക്കുന്ന തുളസി വെള്ളം കുടിച്ച ശേഷം പ്രഭാതസഞ്ചാരത്തിനായി ഇറങ്ങി. സ്വർണ്ണ തലമുടിയുള്ള കുഞ്ഞു പെൺകിടാവിനെ പോലെ ഉദയസൂര്യൻ മെല്ലെ പുറത്തേക്ക് ഒളിഞ്ഞു നോക്കുന്നു. ഇന്ന് പതിവായി കാണാറുള്ള കേണലിനെയും ഭാര്യയേയും കണ്ടില്ല.

കേണൽ മാഷിനെ പോലെ മിതഭാഷിയാണെങ്കിലും ഭാര്യ രാവിലെത്തെ ചെണ്ടപ്പക്ഷിയെ പോലെയാണ്. വായ തോരാതെ സംസാരിക്കും. കാര്യമായി എന്തെങ്കിലും ഇല്ലാതെ അവർ വരാതിരിക്കില്ല. ആരോടെങ്കിലും ചോദിച്ചാലോന്ന് മാഷിന് തോന്നാതിരുന്നില്ല. ഇന്ന് നടത്തം തനിച്ചായത് കൊണ്ട് മൗനത്തിന്റെ വേഗത നടത്തത്തിന് അനുപല്ലവി ചേർത്തു. മാഷ് പതിവിലും വേഗത്തിൽ നടന്നു. ഇന്ന് അമ്പലത്തിന്റെ പടിഞ്ഞാറെ നട വഴിയിലൂടെയാണ് തിരിച്ച് നടന്നത്. ശാന്ത കൂട്ടയും പാത്രവുമായി അമ്പലത്തിലേക്ക് ഊഴം പണിയാൻ പോകുന്നു. അവൾ മാഷേ കണ്ടപ്പോൾ ചോദിച്ചു. 'മാഷിന്ന് ഒറ്റക്കായി അല്ലെ?' മാഷ് ജൂബ ഒന്ന് വലിച്ച് ശരിയാക്കി കൊണ്ട് പറഞ്ഞു. 'ആ അതേ അവരിന്ന് വന്നില്ല.' അമ്പലത്തിലേക്കാണെന്നറിഞ്ഞിട്ടും പറയുന്ന ഒരു മാമൂലായി മാഷ് ചോദിച്ചു, 'ശാന്ത അമ്പലത്തിലേക്ക് അല്ലെ?' 'അതേ മാഷേ.' മാഷ് അത്രയും പറഞ്ഞ് മുന്നോട്ട് നടന്നു. സൂര്യ കിരണങ്ങൾ ആൽ മരത്തിന് സ്വർണ്ണ നൂൽ അണിയിക്കാൻ വരുമ്പോൾ, തുളമ്പുന്ന യൗവ്വനയുക്തയായ ആ ഗ്രാമഭംഗിയും അതിൽ പങ്ക് ചേരാൻ ഒരുങ്ങി നിൽക്കുന്ന പോലെ തോന്നി. ഭഗവാന്റെ ശംഖ് നാദം ശുഭ മുഹൂർത്തം കുറിക്കുന്ന പോലെ.

കോഴിക്കോട്ന്ന് ഇവിടെയ്ക്ക് വന്ന ശേഷം മാഷ് പതിവ് നടത്തം മുടക്കിയിട്ടേ ഇല്ല. ഇതേ സമയം തന്നെ എന്നും നടക്കാനിറങ്ങും.

സൈക്കിളിൽ പത്രക്കെട്ടുമായി പോകുന്ന പയ്യൻ മാഷേ കണ്ടപ്പോൾ കെട്ടിൽ നിന്ന് ഒരു പത്രം വലിച്ചെടുത്ത് മാഷിന് നേരെ നീട്ടി. മാഷ് അവനോട് ചോദിച്ചു, 'കണ്ണൻ പത്രമിടുന്നത് മതിയാക്കിയോ?'

സൈക്കിൾ ചക്രം തിടുക്കത്തിൽ ചലിപ്പിച്ച് അവൻ പറഞ്ഞു, 'ആ അറിയില്ല മാഷേ ഓനിപ്പം കൊറച്ച് ദിവസമായിറ്റ് ശരിക്കും ചെയ്യിന്നില്ല്യോലും.' കൂടുതൽ പറയാൻ അവനും നിന്നില്ല. മാഷ് ചിന്താകുലനായി ആ ഗ്രാമവീഥിയിലൂടെ നടന്നു.

വീട്ടുമുറ്റത്ത് എത്തിയത് പോലും അറിയാത്തപോലെ പൂക്കാൻ തുടങ്ങിയ ചെമ്പകത്തിന്റെ വേരിൽ മാഷിന്റെ കാല് തട്ടി മുണ്ട് മാടി കെട്ടിയത് കൊണ്ട് വീണില്ല. അല്ലെങ്കിൽ ചെമ്പകം ചതിച്ചേനെ. വീട്ട്മുറ്റത്ത് നിറയെ വാഴ നട്ടിട്ടുണ്ട്. വാഴക്കൂട്ടത്തിനിടയിൽ നിന്ന് ആരോ ചോദിക്കുന്നു. 'എന്തേ ഇന്ന് പറ്റിയത് ഇത് എന്നും മാഷ് വരുന്ന വഴിയാണല്ലോ?.' 'നടന്ന് മടുക്കുമ്പോ കാലിനും പിഴക്കൂലേ സുധാകര...' സുധാകരൻ തലയിലെ കെട്ട് മാറ്റി കൊണ്ട് പറഞ്ഞു. 'മാഷ് പറഞ്ഞില്ലെ. കൊറച്ച് രാസവളം വേണന്ന് ഞാൻ അത് തരാൻ വന്നതാണ്.' 'ആ ശരി നീ അത് ഷെഡില് വച്ചേ.' സുധാകരൻ രാസവളം ഷെഡിൽ വയ്ക്കുന്നതിനിടയിൽ പെട്ടെന്ന് ഓർമ്മ വന്ന പ്രധാന കാര്യംപോലെ പറഞ്ഞു. 'ഒരു കാര്യം പറയാൻ മറന്നു. ഒരാള് മാഷെ അന്വേഷിച്ച് രണ്ടു ദിവസം മുമ്പ് വന്നിട്ടുണ്ടായിന്. പുതിയതായിട്ട് ഈ നാട്ടിൽ ജോലി കിട്ടിയതാണെന്നാ പറഞ്ഞത്.' മാഷ് സുധാകരനോട് ചോദിച്ചു. 'പേര് ചോദിച്ചില്ലെ? അത് ചോദിക്കണ്ടെ?'

മാഷ് വരാന്തയ്ക്ക് താഴെ ഉള്ള സ്റ്റപ്പിൽ ഇരുന്നു.

കാൽപെരുമാറ്റം കേട്ട് മാഷിന്റെ ഭാര്യ പുറത്തേക്ക് വന്നു. മാഷിന്റെ ഇരിപ്പ് കണ്ട് അവർ ചോദിച്ചു. തൃശ്ശൂർക്കാരിയായ അവൾ ശിവഭക്തകൂടിയാണ്. അവർ രാവിലെ പ്രാർത്ഥന കഴിഞ്ഞ് വരുന്നവരവാണ്. 'എന്താ ഇത്? എന്തിനാ നിങ്ങൾ ഇങ്ങനെ ഇരിക്കണെ? എന്ത് പറ്റി! പതിവ് ഇല്ലാലോ ഇങ്ങനെ ഇരിപ്പ്?' മാഷ് ഉടനെ പറഞ്ഞു. 'ഏയ് ഒന്നുല്ലടോ.'

'പിന്നെ ആരാണ്? ഇന്നലെ പേപ്പർ കൊണ്ടന്നത്?' 'അറിയില്ല അതിന് കുട്ട്യോള് മുഖം കാണിക്ക്യാൻ നിക്കണില്ലില്ലൊ. പേപ്പറ് ദൂരേന്ന് എറിഞ്ഞ് ഒറ്റ പോക്കല്ലേ?' 'ഉം' മാഷ് ഒന്ന് മൂളി. പിന്നീട് കയ്യിലുള്ള പത്രം നിവർത്തി വായന തുടങ്ങി. അതിനിടയിൽ ഭാര്യ കൊണ്ട് വന്ന ചൂട് മാറാത്ത ചായയും കുടിച്ചു പിന്നീട് സ്കൂളിലേക്ക് പോകാനുള്ള ഒരുക്കത്തിലായി മാഷ്. എന്നാലും പതിവിന് താളപ്പിഴയുണ്ട്.

സ്കൂളിൽ ഗേറ്റ് തുറന്ന ഉടനെ കാണാം തലപ്പാവ് വച്ച് പുഞ്ചിരി

തൂകി ജ്ഞാനോജ്വലത്തോടെ നിൽക്കുന്ന ക്രാന്തദർശിയെ, തത്വശാസ്ത്ര പണ്ഡിതനായ ഡോ.എസ്.രാധാകൃഷ്ണൻ എന്ന അദ്ധ്യാപക വഴികാട്ടിയെ. ഇതിന്റെ ശില്പിയും അത്രമേൽ ചാരുതയുള്ള ആളായിരിക്കണം. മൈതാനത്തിൽ കുട്ടികളോടൊപ്പം സ്നേഹം പങ്കുവയ്ക്കുന്ന ബാപ്പുജിയും. ഏതു കുട്ടിയേയും അധ്യാപകനേയും പ്രഥമദൃഷ്ടിയിൽ ഒന്ന് അക്ഷര പട്ടണിയിക്കാതിരിക്കില്ല. അതുകൊണ്ടാവാം കുറെ വർഷങ്ങളായി എം.എൻ മെമ്മോറിയൽ ഹയർ സെക്കണ്ടറി സ്കൂൾ വിജയ ശതമാനത്തിലും കലാ സാംസ്കാരിക പരിപാടിയിലും കീർത്തി മോതിരം അണിയാൻ അംഗുലം നീട്ടിക്കൊടുക്കുന്നത്.

വിദ്യയുടെയും കലയുടെയും പൊൻ ദീപം കൊളുത്തി നിൽക്കുന്ന സ്കൂൾ മാഷിനും അഭിമാനമായിരുന്നു. സ്കൂളിന്റെ ഈ ഉയർച്ചയ്ക്ക് പിന്നിൽ മാഷിന്റെയും ഒരു നല്ല പിൻതുണയുണ്ട്. വിദ്യാർത്ഥികൾ മാഷിന്റെ സ്വന്തം മക്കളാണ്. സ്കൂളിൽ എത്തി ഉടനെ മാഷ് പ്യൂൺ കല്യാണിയോട് ഒരു ചോദ്യമുണ്ട്.

'ആരാണ് ഇന്ന് സ്പെഷ്യൽ ക്ലാസ്സ് വച്ചത്?' ബാലഗോപാലൻ മാഷ് ആണെന്ന് പറഞ്ഞാൽ ഉടനെ മാഷ് ചോദിക്കും, അപ്പോൾ ലീലാമ്മ ടീച്ചർ ഏത് ക്ലാസ്സിൽ? കല്യാണി പറയും അത് പത്ത് ബി ക്ലാസ്സിൽ. തുടർന്ന് മാഷിന്റെ ഒരു മൂളൽ അർത്ഥവത്തായ മൂളൽ. പക്ഷെ ഇന്ന് മാഷ് അങ്ങനെ ഒന്നും ആയിരുന്നില്ല. ഇതുവരെ മാഷിനെ ഇങ്ങനെ കണ്ടിട്ടില്ല. സ്ക്കൂളിൽ എത്തുന്ന ഓരോ കുട്ടിയുടെയും പെരുമാറ്റം മാഷ് സസൂക്ഷ്മം തിട്ടപ്പെടുത്തും. ഓരോ ക്ലാസ്സ് റൂമിലും കയറി ഇറങ്ങും. സ്കൂളിൽ ഏത് ഹെഡ്മാസ്റ്റർ ചാർജ്ജ് എടുത്താലും മാഷ് എല്ലാ പ്രവർത്തനത്തിലും അവരോടൊപ്പമുണ്ടാകും.

10 എ ക്ലാസ്സിലാണ് മാഷിന് ക്ലാസ്സ്ചാർജ്ജ്. അന്ന് സ്കൂൾ അസംബ്ലി ഉണ്ടായിരുന്നില്ല. പ്രാർത്ഥനയ്ക്കുള്ള ബല്ല് അടിച്ചു.

"നന്മരൂപിയായദൈവമേ" എന്ന് തുടങ്ങുന്ന പ്രാർത്ഥന കുട്ടികൾ ഭംഗിയായി അടുത്തബല്ലോടെ കുട്ടികൾ ഹാജർ പറയാൻ തയ്യാറായിരുന്നു. അപ്പോഴാണ് ശേഖരൻ മാഷിന്റെ ശ്രദ്ധ ക്ലാസ്സ് റൂമിന് പുറത്ത് കൂടെ കിതച്ചോടി വരുന്ന കുട്ടിയിലേക്ക് പോയത്. ടീച്ചർ പുറത്തേക്ക് വന്നു. റോസ് ടീച്ചറായിരുന്നു ക്ലാസ്സ് ടീച്ചർ. ടീച്ചർ ഇപ്രകാരം പറഞ്ഞു. നീ എന്താ ഇന്നും വൈകിയത് ഇപ്പോ എത്ര സമയമായി എന്നറിയുമോ? ടീച്ചർ തന്റെ കണ്ണട കണ്ണിനു പാകപ്പെടുത്തി കൊണ്ട് ചോദിച്ചു. അവൻ ഇടയ്ക്കിടെ വശങ്ങളിലോട്ട് നോക്കി പറഞ്ഞു, 'ടീച്ചർ സൈക്കിൾ പണിമുടക്കി.' 'ഒരിക്കൽ നീ ഈ സ്ക്കൂളിലെ ഏറ്റവും നല്ല കുട്ടി

യായിരുന്നു. എന്നാൽ ഇപ്പോ നീ...' ടീച്ചർ മുഴുവൻ പറഞ്ഞില്ല. 'ഇനി നീ വൈകി വന്നാൽ നിന്നെ ഞാൻ ക്ലാസ്സിൽ ഇരുത്തില്ല.' അവൻ തല യൊന്ന് ചരിച്ച് കൈകൊണ്ട് ചെവിയ്ക്ക് താഴെ ഒന്ന് അമർത്തി, ബാഗ് സൈഡിലേക്കിട്ടു. ടീച്ചറിന്റെ ക്ലാസ്സിൽ കയറാനുള്ള അനുമതിയുടെ ആ ശ്വാസപ്രകടനമായിരുന്നു അത്. ക്ലാസ്സിൽ കയറിയ ഉടനെ അവൻ ബാ ഗിൽ നിന്ന് ഒരു നോട്ട് ബുക്കെടുത്ത് ഡസ്കിനടിയിലൂടെ മീരയുടെ ബേ ഗിന് മേലെ വച്ചു. അവൾ പ്രതീക്ഷിച്ച് തന്നെയാണ് ഇരുന്നത് എന്ന് അവളുടെ ഭാവത്തിൽ നിന്ന് മനസ്സിലാക്കാം. അത് അവളുടെ കണക്ക് നോട്ടായിരുന്നു. ഇപ്പോൾ അവന്റെ സ്ഥിരം പതിവാണിത്. കാരണം മി ക്ക ദിവസങ്ങളിലും നോട്ട് ശരിയായി എഴുതില്ല. ഹോം വർക്ക് ചെയ്യി ല്ല. അധ്യാപകർ മാസത്തിൽ ഒന്ന് ബുക്കെല്ലാം ചെക്ക് ചെയ്യും. അത് ശേഖരൻ മാഷിന്റെ ശ്രദ്ധയിൽ പെട്ടാപിന്നെ പറയണ്ട. അത് ഭയന്നാ ഈ പണി. ഇങ്ങനെയൊരു കൂട്ടുകാരി ഉള്ളത് ഭാഗ്യമായിട്ടാണ് അവൻ കണ്ടത്. മുക്കാൽമണിക്കൂർ കഴിഞ്ഞപ്പോൾ ബെല്ലടിച്ചു. ആ പിരീഡ് കെമിസ്ട്രി പഠിപ്പിക്കുന്നത് ശേഖരൻ മാഷാണ്. മാഷ് ക്ളാസിൽ എ ത്തും മുമ്പേ ക്ളാസ് മുറിയുടെ കോണുകൾ പോലും നിശ്ശബ്ദമാകും. വരുംമുമ്പ് ഹോം വർക്ക് എല്ലാവരുടെയും മുന്നിലുണ്ടാകും. അന്ന് മാ ഷ് ക്ലാസ്സിൽ വന്ന ഉടനെ കണ്ണനോടാണ് ബുക്ക് ചോദിച്ചത്. ലോഹ ത്തിന് ജലവുമായുള്ള പ്രവർത്തനം ഇതായിരുന്നു ചോദ്യം. പക്ഷെ ഉ ത്തരത്തിൽ ആസിഡിന് ലോഹവുമായുള്ള പ്രവർത്തനം എന്ന് എഴുതി ഇരിക്കുന്നു. മാഷ് ഉടനെ തന്നെ ജോണിന്റെ പുസ്തകം നോക്കി. അ തിൽ ശരിയായി തന്നെ എഴുതിയിരിക്കുന്നു. പിന്നീട് മീരയുടെ പുസ്ത കം വാങ്ങി. അതിലും കണ്ണന്റെ നോട്ടിലും ഒരേ തെറ്റ് വാക്ക് തന്നെ ആ വർത്തിച്ചതിൽ നിന്ന് മാഷിന് മനസ്സിലായി ചെറിയ കാര്യങ്ങളിൽ പോ ലും ശ്രദ്ധിക്കാതെ അവൻ കോപ്പി ചെയ്ത് വച്ചിരിക്കുന്നു. മീര അറിയാ തെ വന്ന തെറ്റ് അവനും പകർത്തിയിരിക്കുന്നു. ഒരു പോലെയാണ് ഉ ത്തരം ഉള്ളത്. മാഷ് ഒന്നും മിണ്ടിയില്ല. പകരം ചുവപ്പ് മഷി പേന കൊ ണ്ട് രണ്ടിലും കുറുകെ വരച്ചു. അതേ ടോപ്പിക്ക് തന്നെ മാഷ് ഒന്നുകൂടി പറഞ്ഞു. കുറേ ദിവസത്തിന് ശേഷം ഒരു ദിവസം വൈകുന്നേരം സ് കൂൾ വിട്ട ശേഷം, കുട്ടികളെല്ലാം ഓരോ വഴിയിലൂടെ വീട്ടിലേക്ക് തിരി ച്ചുപോകുന്നു. അച്ചടക്ക മര്യാദ അനുസരിച്ച് നിൽക്കുന്ന സ്കൂളിലെ കൗമാരപ്രായക്കാരെ പോലെ വരി വരിയായി ക്രമീകരിച്ചു നട്ടുപിടിപ്പി ക്കുന്ന പുൽച്ചെടികൾ. മീര അതിനിടയിലൂടെ നടന്ന് സ്കൂളിന്റെ ഗേയ് റ്റ് എത്താനായപ്പോൾ പിറകിൽ നിന്ന് ഒരു വിളി. മീരേ. ആ സ്വരം കേട്ട

പ്പോൾ തന്നെ ആളിനെ മനസ്സിലായി. ആളിന്റെ മുഖത്തേക്ക് നോക്കാതെ പറഞ്ഞു. 'പുസ്തകത്തിനാണെങ്കിൽ തരില്ല. മാഷ് തരേണ്ടാന്ന് പറഞ്ഞു.' അവൻ സൈക്കിൾ കുറുകെ വച്ച് ചോദിച്ചു. അതെന്തെ? അവന്റെ ആ നല്ല ഭാവം മാഞ്ഞുപോയിരിക്കുന്നു. മീര ഗൗരവത്തോടെ ചോദിച്ചു, 'ആരാ നിന്ന കാറിൽ കാണാൻ വന്നത്? ആ മാനേജരെ വീട്ടിന്റെ അടുത്തുള്ള ചെക്കന്റെ വീടിന്റെ ഗ്ലാസ്സ് പൊളിച്ചതിൽ നീയും ഇണ്ട്ന്ന് മാനേജര് മാഷോട് പറയുന്നത് ഞാൻ കേട്ടിനി. അവൻ ദേഷ്യത്തോടെ പറഞ്ഞു. 'ഒന്ന് പോയേ.. നീയും തൊടങ്ങിയ ഇല്ലാത്ത കഥ ഉണ്ടാക്കാൻ? നീ തരില്ലെങ്കിൽ തരണ്ടാ.' എന്ന് പറഞ്ഞ് അവൻ സൈക്കിൾ തിരിച്ച് പിറകിലേക്ക് തന്നെ പോയി. അന്ന് മീരയുടെ മനസ്സിലേക്ക് ആ സംഭവങ്ങൾ ഒന്നൊന്നായി വന്നു അവൾ മാഷിനോട് അതൊക്കെയും പറഞ്ഞു. അവളുടെ കാലും നെറ്റിത്തടവും മുറിഞ്ഞിരിക്കുന്നു. പേടിച്ചിട്ടോന്ന് അറിയില്ല അവൾ ആശുപത്രിയിൽ പോകാൻ തയ്യാറായിരുന്നില്ല. മറിച്ച് അമ്മയുടെ പരിചയത്തിലുള്ള ഒരു നേഴ്സിനെ കൊണ്ട് മുറിവ് പരിശോധിപ്പിച്ചിരിക്കുന്നു. മാഷ് തന്റെ മുണ്ടിന്റെ കറുത്ത കര ശരിയാക്കി മീരയുടെ അടുത്തേക്ക് ചെന്ന് ചോദിച്ചു. 'അപ്പോ. ഇത് ചെയ്തത് കണ്ണനാണെന്നാണോ പറയുന്നത്?' അവൾ ഒന്നും മിണ്ടിയില്ല കാരണം അടുത്ത മുറിയിൽ ആരുടെയോ അനക്കം ഉള്ളതുപോലെ.

കാലിനു നല്ല വേദനയുണ്ടെങ്കിലും അവൾ അത് പുറത്ത് പ്രകടിപ്പിക്കുന്നില്ല. അവൾക്ക് കൂടുതൽ പറയാൻ അക്ഷരം നിലച്ച പോലെ തോന്നി. കണ്ണുകളിൽ നിന്ന് ശോകമഴ പെയ്യുന്നപോലെ. അവൾ ചുണ്ടുകൾ അടക്കിപ്പിടിച്ചു. മുറിവ് നല്ല വേദനയുണ്ടെങ്കിലും മനസ്സിന്റെ വേദന ശരീര വേദനയെ മറച്ചു പിടിച്ചു. അവൾ മാഷിന്റെ മുന്നിൽ കൂട്ടം തെറ്റിയ പ്രാവിനെ പോലെ പോലിരുന്നു. മാഷു കുറച്ച് നേരത്തേക്ക് നിശ്ശബ്ദനായി. ആ നിശബ്ദതയെ ഭേദിച്ചുകൊണ്ട് ഒരു ഭീമാകാരനായ രാക്ഷസന്റെ സ്വരം പോലെ തോന്നിപ്പിക്കുന്ന കറകറ ശബ്ദം. ഏതോ ഒരു വാഹനത്തിന്റെ സ്വരമാണെന്ന് പിന്നീട് മാഷിന് മനസ്സിലായി. മീര മാഷിനോട് മെല്ലെ പറഞ്ഞു അച്ഛനാണെന്ന് തോന്നുന്നു - ആ താഴ്ത്തിയുള്ള സ്വരത്തിൽ പലതും അടങ്ങിയിട്ടുണ്ടായിരുന്നു.

മാഷ് ഒരു മൂളൽ 'ഉം'

മീരയുടെയും ശേഖരൻ മാഷിന്റെയും വാത്സല്യ സാന്ത്വന സ്നേഹ സാമീപ്യം മുറിച്ചുകൊണ്ട് ഒരു പരുക്കൻ സ്വരം.

ആ നമസ്തേ മാഷേ! മാഷ് തിരിച്ചും നമസ്തേ.

പിന്നെ അയാൾ കുടം കൈവിട്ട വെള്ളം പോലെ വാക്കുകൾ

വർഷിച്ചു.

'മാഷേ ഇത് കണ്ടില്ലേ?'

മാഷ്, 'ഞാൻ എന്റെ മോളെ ഇത്ര പൊന്നുപോലെ വളർത്തിയത് കണ്ട തെണ്ടിച്ചെക്കന്മാർക്ക് തോന്നിയപോലെ ദ്രോഹിക്കാൻ വേണ്ടിയിറ്റാന്നോ? ഞാൻ ഹെഡ്മാഷേ കാണാൻ വരാൻ നിന്നതാണ്. പക്ഷെ ഈ പെണ്ണ് പറയുന്നത് ആളെ ഓക്ക് മനസ്സിലായില്ല.' അയാൾ അയാളുടെ സ്വർണ്ണ ബ്രേസ്‌ലൈറ്റ് കയ്യിലെ മണികണ്ഠത്തിൽ നിന്ന് മുകളിലേക്ക് ഒതുക്കി കയറ്റി വച്ചു. അയാളുടെ പച്ച തിളങ്ങുന്ന ഷർട്ടും അതേ കരയുള്ള സിൽക്കുമുണ്ടും.

വലതുകയ്യിലെ ഗോൾഡൻ വാച്ചും ആ കൊച്ചു ഗ്രാമത്തിലെ അയാളുടെ ധനികത്വം വ്യക്തമാക്കുന്നു. അവൾ അങ്ങനെ പറയരുത് എന്ന മട്ടിൽ അച്ഛനെ നോക്കി. അയാൾ അത് ശ്രദ്ധിച്ചതേയില്ല. അയാളുടെ വലുപ്പം കാണിക്കാനും മറന്നില്ല. പിറകെ ഭാര്യ പ്രഭാവതി ആവി പാറുന്ന ചൂട് ചായയുമായി മാഷിന്റെ അടുത്തുള്ള ടീപോയ്ക്ക് സമീപമെത്തി. ആ ചായ ടീപ്പോയിൽ വച്ചു. അധികം പ്രകാശമില്ലാത്ത ആ മുറിയിൽ നിന്നു നോക്കുമ്പോൾ പ്രത്യേകിച്ചും ആ ചായയിൽ നിന്ന് പുറത്തേക്ക് വരുന്ന ആവി മുറിയോട് ചേരുന്നത് കാണാം. അത്രമേൽ തന്നെ പുകഞ്ഞു പൊങ്ങി മാഷിന്റെ മനസ്സും. പ്രഭാവതിയമ്മ മോളെ ചേർത്ത് പിടിച്ച് കൊണ്ട് പറഞ്ഞു മാഷേ ഇത്രയും സമയം ഞാൻ ഒന്നും പറയാണ്ടിരുന്നത് മാഷ് ഇവളോട് തന്നെ എല്ലാം ചോദിച്ചറിയട്ടെ എന്ന് വിചാരിച്ചിട്ടാണ്. അവരുടെ തടിച്ചവള കയ്ത്തണ്ടയുടെ വണ്ണം ഒന്നുകൂടെ കൂട്ടുന്ന പോല കഴുത്തിലെ തടിച്ച കയറുപോലുള്ള സ്വർണ്ണമാല സാരിയുടെ മുന്താണിഞ്ഞൊറിവിൽ നിന്ന് പുറത്തേക്കിട്ട് കൊണ്ട് വലുപ്പം ഒട്ടും കുറയ്ക്കാതെ അവർ പറഞ്ഞു, 'എന്റെ വകയിലെ ഒരു ആങ്ങളയുണ്ട്. പോലീസ് ഒന്ന് പേടിപ്പിച്ചാൽ നിക്കും ഈ ചെക്കൻ കണ്ണന്റെ സൂക്കേട്.' മീര അമ്മയുടെ കയ്യിൽ ചെറുതായി ഒന്ന് നുള്ളി. അമ്മ മീരയുടെ കയ്യ് തട്ടിമാറ്റുന്നത് മാഷിന് കാണാമായിരുന്നു.

അമ്മ കൂടുതൽ പറയും മുമ്പേ മീര അമ്മയോട് ചോദിച്ചു.

'ആ മാമനല്ലെ കഴിഞ്ഞ മാസം ഒരു പാവം വയസ്സനെ, അവരുടെ അച്ഛന്റെ പ്രായമുള്ള ഒരാളെ നിസ്സാര കാര്യത്തിന് കുറെ അടിച്ചത്? എന്നിട്ട് ആ കേസിന്റെ ഇടയിലാണോ ഇതും? ഒന്ന് പോ, അമ്മേ അയ്ന് അമ്മയ്ക്കറിയോ എന്നെ തള്ളിയിട്ടത് ആരാന്ന്?' മീരയുടെ അച്ഛൻ മോളുടെ നേരെ നോക്കി പറഞ്ഞു. 'അറിയും നീ നിന്റെ കാര്യം നോക്ക്.' മാഷ് ഇരുന്ന് കേട്ടശേഷം വളരെ താഴ്മ സ്വരത്തിൽ ചോദിച്ചു, 'അപ്പോ ആ കു

ട്ടിയാണ് ചെയ്തത് എന്ന് ആരാ പറഞ്ഞത്?'

അടുത്ത മുറിയിൽ നിന്ന് ഒരു വിറയൽ സ്വരത്തോടെ, 'അത് ആ പാറുന്റെ മോള് പറഞ്ഞതാണ് മാഷേ. ആ പെണ്ണ് കണ്ടതോ ഇല്ലതോ അല്ല പറയല് മാഷേ.'

അവർ മെല്ലെ മാഷ് ഇരിക്കുന്ന മുറിയുടെ പടിവാതിക്കൽ നിന്നു. ചുവപ്പിന് കറുത്ത പുള്ളിയുള്ള സാരിയും കറുപ്പ് ബ്ലൗസും ധരിച്ചിരിക്കുന്നു. ശബ്ദത്തിന് വിറയൽ ശരീരത്തിനുമുണ്ട്. വാർദ്ധക്യം നിറഞ്ഞു നിൽക്കുന്ന ചുളിവുകൾ വന്ന കൈത്തണ്ട. നെറ്റിയിൽ മൂന്നു വരകൾ. അത് പ്രായത്തെ കാണിക്കുന്നപോലെ.

അവർ മാഷേ നോക്കി കൊണ്ട് പറഞ്ഞു, 'മാഷേ ആളാരാന്ന് ശരിക്കും അറിഞ്ഞിട്ടേ പറഞ്ഞൂടു. ഒപ്പം നടക്കുന്ന കൂഞ്ഞോളെ കൂടി തെറ്റിക്കും ആ പെണ്ണ്.' ശരിയെന്ന ഭാവത്തിൽ മൂളി മാഷ് മീരയെ നോക്കി ഒന്ന് പുഞ്ചിരിച്ചു. എന്നിട്ട് മീരയുടെ അച്ഛനോട് പറഞ്ഞു. 'നിങ്ങൾ ഇപ്പോ സ്കൂൾ ഹെഡ് മാഷേ കണ്ടിട്ടും കാര്യമില്ല. ഇത് സ്കൂളിൽ വച്ച് നടന്ന സംഭവമല്ലല്ലോ? അത് കൊണ്ട് ഹെഡ്മാഷ് ഇതിൽ ഇടപെടുമെന്ന് തോന്നുന്നില്ല.' മീര മാഷിനോട് എന്തോ പറഞ്ഞിട്ടുണ്ടെന്ന് മാഷിന്റെ സംസാരത്തിൽ വ്യക്തം.

മാഷ് ഇറങ്ങാനുള്ള തയ്യാറെടുപ്പിനിടയിൽ പറഞ്ഞു, 'ഞാൻ അന്വേഷിച്ച് ആളെ കണ്ടെത്താൻ പറ്റുമോന്ന് നോക്കാം കുട്ടീ.' മാഷ് മീരയുടെ വീട്ടിൽ നിന്ന് ഇറങ്ങി.

വിലപിടിപ്പുള്ള ചെടിയും ചെടി ചട്ടിയും ഒക്കെ കൊണ്ട് അലങ്കരിച്ച മുറ്റം. വീടിന്റെ മുന്നിൽ മൂന്ന് വിലപിടിപ്പുള്ള കാറുകൾ. മാഷ് നടന്ന് ഗേറ്റിനോട് അടുത്തപ്പോൾ ഒരു തെങ്ങോല കൂവളമരത്തിലേക്ക് വീണതിനാൽ കൂവള കമ്പ് പൊട്ടി മാഷിന്റെ മുന്നിൽ വീണു. മാഷ് ആ കമ്പ് എടുത്തുമാറ്റി. ഗേറ്റിന്റെ പുറത്ത് മാഷിനെ പ്രതീക്ഷിച്ചിരുന്ന പഴയ കിക്കറുള്ള സ്കൂട്ടർ.

മാഷ് അതിൽ കയറി സ്കൂട്ടർ സ്റ്റാർട്ട് ചെയ്തു. സ്കൂട്ടർ മുന്നോട്ട് നീങ്ങി. 20 കിലോമീറ്റർ ദൂരത്തിൽ ഹമീദിന്റെ കടയുടെ മുന്നിൽ എത്തിയപ്പോൾ മാഷ് സ്കൂട്ടർ നിർത്തി. അപ്പോ ഹമീദ് ധൃതിയിൽ മാഷിന്റെ അടുത്തു വന്ന് പറഞ്ഞു.

'മാഷേ മാഷറിഞ്ഞില്ലെ?' മാഷ് ഹമീദിനോട് ചോദിച്ചു. എന്ത് സംഭവിച്ചു? ഹമീദ് തുടർന്നു. 'ആ മയക്കുമരുന്ന് സംഘത്തെ പോലീസ് പിടിച്ചു. റെയിൽവേ സ്റ്റേഷനിൽ നിന്നാണ് പിടിച്ചത്. സ്കൂൾ കുട്ടികളും ഇണ്ട്ന്നാണ് പറയുന്ന കേട്ടത്.' മാഷിന്റെ മനസ്സ് ഒന്ന് മുറിഞ്ഞു. ആ ദി

വസം മിന്നൽ പിണർ പോലെ മിന്നിമാഞ്ഞു. അന്ന് സ്കൂളിൽ അസംബ്ലി നടന്നുകൊണ്ടിരിക്കുമ്പോഴാണ് അവൻ എത്തിയത് ഗേയ്റ്റിൽ നിന്ന് സ്കൂൾ കോമ്പൗണ്ടിൽ കയറിയ അവൻ സൈക്കിൾ വച്ച് തിരിച്ച് ഗേറ്റിലേക്ക് തന്നെ പോയി. പുറത്ത് ഒരു കാറ് വന്നു നിന്നു അതിൽ നിന്ന് ആരോ അവന്റെ കയ്യിലേക്ക് ഒരു പേപ്പർ കൊണ്ട് കവർ ചെയ്ത ഒരു കെട്ട് കൊടുത്തു. അവൻ അത് ബാഗിൽ വച്ചു. ശേഷം കുറച്ച് പൈസയുടെ രൂപത്തിലുള്ള എന്തോ പാന്റിന്റെ പോക്കറ്റിൽ വച്ചു. അല്പം പരിഭ്രമത്തോടെയാണ് അവൻ നടന്ന് വന്നത്. ഇത് കണ്ട പ്രസന്ന ടീച്ചർ അവന്റെ അരികിലേക്ക് പോയി ചോദിച്ചു. 'എന്താ? അത് ആരായിരുന്നു കാറിൽ വന്നത്? അവൻ ഒന്ന് പരുങ്ങി. ശേഷം ടീച്ചറോട് പറഞ്ഞു അത് എന്റെ ബന്ധുവാണ്. അമ്മക്ക് മരുന്ന് കൊണ്ടന്നത്.'

അവന്റെ മുഖത്ത് വ്യാകുലതയുടെ വിയർപ്പ് കണങ്ങൾ തളം കെട്ടി നിൽക്കുന്നത് കാണാമായിരുന്നു. ഉടൻ ടീച്ചറിൽ നിന്ന് രക്ഷപ്പെടാൻ അവൻ അടവെടുക്കുന്നത് കണ്ട ശേഖരൻ മാഷ് അപ്പോ പ്രതികരിച്ചതേയില്ല. സ്കൂൾ വീട്ടശേഷം പ്രിയ കൂട്ടുകാരി കളിക്കൂട്ടുകാരി മീരയെ ഒന്ന് നോക്കുക പോലും ചെയ്യാതെ ക്ലാസ് റൂം വിട്ടിറങ്ങുന്ന അവനെ മാഷ് ശ്രദ്ധിച്ചു. സ്കൂൾ വരാന്തയിൽ കാത്തുനിന്ന് മുഴുവൻ സ്റ്റാഫും പോകുന്നവരെ അവനെ പിടിച്ച് നിർത്തി താക്കീത് ചെയ്ത ദിവസം അന്ന് ആദ്യമായിട്ടാണ് ഇത്തരത്തിൽ മാഷോട് അവൻ പ്രതികരിച്ചത്. മാഷ് ഓർത്തു.

'എന്തുവേണം. എന്നെ ആരു സഹായിച്ചു എന്റെ കഷ്ടപാടിൽ ഞാൻ എന്റെ ആവശ്യങ്ങൾ തീർക്കും.' ഇതായിരുന്നു അവന്റെ മറുപടി. പ്രായമുള്ള ഒരാളുടെ ചോദ്യം അത് കേട്ട മാഷ് അവന്റെ കയ്യിലുള്ള സാധനം തുറന്ന് നോക്കാതെ വലിച്ചറിഞ്ഞതും. അപ്പോ അവന്റെ കണ്ണുകൾ ചുവന്നതും മാഷ് ഓർത്തു.

അന്ന് അവൻ നടന്ന് നീങ്ങുമ്പോൾ തന്നിൽ ഒരു ദുഃഖമഴ പ്രളയം പെയ്തിറങ്ങി. ഒരു കർക്കിടകത്തിലെ ഇരുണ്ട ദിനത്തിൽ തന്റെ ജീവനായിരുന്ന നാല് വയസ്സുകാരനെ അകാലത്തിൽ പൊഴിഞ്ഞുപോയ മാഷിന്റെ മകനെ മാഷ് കണ്ടു.

എല്ലാ കുട്ടികളും മാഷിന്റെ ശിഷ്യരായിരുന്നെങ്കിലും അവനിൽ ഒരു പ്രത്യേകത വായിച്ചെടുക്കാൻ കഴിഞ്ഞു. മിടുക്കനായിരുന്നു എന്നതിനെക്കാൾ അവനിൽ എന്തൊക്കെയോ നന്മകൾ ചെറുപ്പം മുതലേ കാണാൻ കഴിഞ്ഞു. സമ്മാനം കിട്ടിയാലും ഇല്ലെങ്കിലും എല്ലാ സ്കൂൾ കലാപരിപാടിയ്ക്കും അവനുണ്ടാകും. കൂട്ടുകാരിയുമൊത്ത് സ്ക്കൂളിലേക്ക് വ

രുന്ന കാഴ്ച ആരും നോക്കി നിന്നു പോകും. സ്കൂളിൽ എല്ലാവർക്കും പ്രിയങ്കരനായിരുന്നു ആ കുട്ടി.

അന്ന് ആ സംഭവത്തിന് ശേഷം ഹെഡ്മാഷും സ്കൂൾ പരിസരത്തു നടക്കുന്ന ചില സംഭവത്തെക്കുറിച്ച് സ്റ്റാഫ് മീറ്റിംഗിൽ പറഞ്ഞിരുന്നു.

ഒരു അവധി ദിവസം മാഷ് ചാഞ്ചേരി എന്ന ചെറിയ പ്രദേശത്തേക്ക് പോയി. അവിടെ ദേവീ ക്ഷേത്രത്തിന് അരികിലൂടെ പോയാൽ ഒരു ചെറിയ ഇടവഴിയിൽ ആദ്യം കാണുന്ന ആ പഴക്കമുള്ള വീട് കാണാമായിരുന്നു. തന്റെ പഴയ കിക്കറുള്ള സ്കൂട്ടർ വീട്ടിന് മുന്നിലെ ഇടവഴിയിൽ വച്ചു. പുറത്ത് നിന്ന് ഉറക്കെ ചോദിച്ചു. 'ആരുല്ലെ?' 'ആ ഉണ്ട് കണ്ണന്റെ ശേഖരൻ മാഷല്ലേ? കേറി ഇരിക്ക്.' മാഷോട് വളരെ വിനയത്തോടെയാണ് അവർ സംസാരിച്ചത്. ഒരു പഴയ മേക്സിയായിരുന്നു വേഷം. അധ്വാനത്തിന്റെ കറുപ്പ് ആ കണ്ണുകളിൽ കാണാം. അവർ എന്തോ കാര്യമായ പണിതിരക്കിലായിരുന്നു എന്ന് അവരുടെ ഭാവം കണ്ടാലറിയാം. അവർ മാഷിന് വേണ്ടി ഒരു പഴയ കസേര വലിച്ച് മുന്നോട്ട് വച്ചു. മാഷ് ആ കസേരയിൽ ഇരുന്നു. അവർ നനഞ്ഞ കൈ, മാക്സിയിൽ ഉരച്ചു കൊണ്ട് പറഞ്ഞു. മാഷേ കണ്ണൻ ഇവിടയില്ല. അറിയാം മറുപടി കേട്ടപ്പോൾ തന്നെ കണ്ണന്റെ അമ്മയ്ക്ക് മനസ്സിലായി മോനെ കാണാൻ വന്നതല്ലാന്ന്. അവരുടെ കണ്ണുകളിൽ ഒരു ചോദ്യ ചിഹ്നം കാണാൻ കഴിഞ്ഞു. എന്തിന് വന്നു എന്നവർ ചോദിച്ചില്ല. അവർ നീട്ടി വിളിച്ചു മോളെ മാഷ്ക്ക് കുടിക്കാൻ ചായ എടുത്തേ. ഉടനെ മാഷ് പറഞ്ഞു. ഏയ് ഒന്നും വേണ്ട ഇപ്പോൾ ചായ കുടിച്ചു വന്നതേയുള്ളൂ. ഈ സമയത്ത് വന്നത് നിങ്ങൾക്ക് ബുദ്ധിമുട്ടാണ് എന്ന് അറിയാം. എന്നാലും ഒരു കാര്യം പറയാനാ ഞാൻ വന്നത്. വളച്ച് പിടിക്കാതെ മാഷ് കാര്യങ്ങളെല്ലാം അവതരിപ്പിച്ചു. കുട്ടികളാരും കേൾക്കാതിരിക്കാനും ശ്രദ്ധിച്ചു. മാഷ് സ്വരം താഴ്ത്തി. കണ്ണൻ 'ഇതാണ് ഇപ്പോൾ. ഇങ്ങനെയൊക്കെയാണെങ്കിലും വഴി തെറ്റാതിരിക്കാൻ കുഞ്ഞ് നഷ്ടപ്പെടാതിരിക്കാൻ നിങ്ങളിതറിയണം.' ഒരു കുറ്റവാളിയെപ്പോലെ ആ അമ്മ മാഷിന്റെ മുന്നിൽ നിന്നുരുകി മാഷ് തുടർന്നു. അവർ നിസ്സഹായമായ മട്ടിൽ പറഞ്ഞു. 'മാഷേ എന്റെ മോന് എന്തെങ്കിലും പ്രശ്നം വരുവോ? ഞാൻ എന്റെ കഷ്ടപ്പാടിന് ഇടയിൽ മോനെ ശ്രദ്ധിച്ചില്ല. കണ്ണൻ മോശം മാർഗ്ഗത്തിൽ പോവുമെന്ന് സ്വപ്നം കണ്ടില്ല മാഷേ. ഈ വീട്ടിൽ അത്രയും കഷ്ടപ്പാടാണ്. മൂത്തത് ഒരു പെണ്ണാണ്. പത്ത് പതിനെട്ട് വയസ്സായി.' അവർ ഭർത്താവിനെ കുറ്റപ്പെടുത്താതിരിക്കാൻ സംസാരിക്കുമ്പോൾ ഒരു പാട് ശ്രദ്ധിക്കുന്നുണ്ട്. 'അച്ഛൻ വല്ലപ്പൊഴും വരും. വന്നാ ഉള്ളത് തരും. അത് കൊണ്ട് എന്ത്

തികയാൻ. ഞാനും എന്നെ കൊണ്ട് കയ്യുന്ന പണി എടുക്കുന്നു. കുഞ്ഞ് രാവിലെ പോകും. വെള്ളം പോലും കുടിക്കാതെ. പോവുന്ന കുഞ്ഞിനോട് ഞാൻ എന്ത് പറയാനാന്ന്.'

അവരുടെ മ്ലാനതയാർന്ന മുഖത്ത് നോക്കി ഒന്നും പറയാൻ തോന്നുന്നില്ല. എങ്കിലും പറയാതിരിക്കാൻ നിവൃത്തിയില്ല. മാഷ് അവരോട് ചോദിച്ചു. 'ചോദിക്കാർന്നില്ലെ? നിങ്ങൾക്ക്, ഈ പുതിയ സൈക്കിൾ എവിടുന്ന് വാങ്ങിയതെന്ന്? ഇത്രയും പൈസ എവിടുന്നാ കിട്ടിയത് എന്ന്?' 'ഒരിക്കൽ ചോദിച്ചു. എങ്കിൽ പിന്നെ ശ്രദ്ധിക്കുമായിരുന്നു. എനിക്ക് അറിയില്ലെ/ കണ്ണൻ പാവം കുട്ടിയാണ്. ആരോ അവനെ കാര്യമായി മുതലെടുത്തിട്ടുണ്ട്.'

'അച്ഛൻ എപ്പഴെങ്കിലും വരും വന്നാലോ? ഏത് നേരവും ചീത്തമാത്രം. പിന്നെ എങ്ങനെ? നിങ്ങളും ഒന്നും അറിയാൻ ശ്രമിച്ചില്ല.' മാഷ് ശ്വാസം നീട്ടിവലിച്ച് പുറത്തേക്ക് വിട്ട് കൊണ്ട് പറഞ്ഞു. 'ബോംബെന്നും ഗോവയിൽ നിന്ന് എല്ലാം കുറേ സംഘങ്ങൾ ഇതിന് വേണ്ടി ഏർപോട്ട് വഴിയും അല്ലാതെയും നമ്മളെ നാട്ടിലെത്തി പല ആൾക്കാർ മുഖേനയും കുട്ടികളെയും പാവപ്പെട്ടവരെയും ബലിയാടാക്കുന്നു. അങ്ങനെ നമ്മളെ കുട്ടികളും പെടാതിരിക്കാൻ നമ്മള് തന്നെ ശ്രദ്ധിക്കണം.'

'ഞാൻ ഇറങ്ങുന്നു.' ഇറങ്ങിയ മാഷ് തിരിച്ച് കയറി വന്ന് പറഞ്ഞു. 'അച്ഛൻ എപ്പൊഴെങ്കിലും വന്നാൽ എന്നെ ഒന്ന് കാണാൻ പറയണം.' അത്രയും പറഞ്ഞ് മാഷ് വീണ്ടും നടന്നു.

ആ ദിവസത്തിന് ശേഷം അവനിൽ നിന്നും ഒരു പ്രവൃത്തിദോഷവും മാഷിന് കാണാൻ കഴിഞ്ഞിട്ടില്ല. അതുകൊണ്ടായിരിക്കും ഇന്ന് ഇതൊക്കെ കേട്ടപ്പോൾ ശ്മശാന ഭൂമിയിൽ നിൽക്കുംപോലെ തോന്നിയത്. സ്കൂട്ടറിന്റെ പ്രായാധിക്യവും റോഡിന്റെ അവശതയും ഒക്കെ ഇന്ന് മാഷിന് ശരിക്കും മനസ്സിലായി. വണ്ടി മുന്നോട്ട് നീങ്ങാത്ത പോലെ. യുദ്ധം കഴിഞ്ഞ് പ്രിയപ്പെട്ടവരുടെകണ്ണുനീർ ഇറ്റു വീഴുന്ന യുദ്ധഭൂമി പോലെയുള്ള ശേഖരൻ മാഷുടെ മനസ്സ്. മനസ്സിന്റെ താളപ്പിഴയിലൂടെ മുന്നോട്ട് നീങ്ങിയ സ്കൂട്ടർ സ്കൂൾ ഗേറ്റിനടുത്തെത്തുമ്പോൾ നിർത്തി. ആരോ പിന്നിൽ നിന്ന് വിളിച്ച പോലെ മാഷേ പരിചയമില്ലാത്ത സ്വരം. മാഷ് പുറകിലോട്ട് നോക്കി. 'എന്നെ മനസ്സിലായോ.' 'ഇല്ല!' മാഷിന്റെ മറുപടി. 'ഞാനാണ് താമസിക്കാൻ ഒരു വീട് കിട്ടുമോ എന്ന് അന്വേഷിച്ച് വന്ന ആൾ. പുതിയ അന്വേഷണ ഉദ്യോഗസ്ഥനാണ്' മാഷ് ഓർത്തെടുത്തു. 'എന്നിട്ട് വീട് കിട്ടിയോ?' 'കിട്ടി. മാത്രമല്ല എന്റെ കൂടെ ഒരു കുട്ടിയുണ്ട്.' മാഷ്, 'അതയോ.' 'മാഷിന് കാണണ്ടേ? സ്കൂട്ടർ ഇവിടെ വച്ച് എന്റെ

കൂടെ വരൂ.' മാഷ് പറഞ്ഞു, 'അത് ഇപ്പോ വേണ്ട ഇന്ന് ഞാൻ വല്ലാത്ത അവസ്ഥയിലാണ്.' 'ആയിക്കോ' അയാളുടെ മറുപടി. മാഷിന് ബോധിച്ചില്ലെങ്കിലും മാഷ് അയാളൊപ്പം മുന്നോട്ട് നടന്നു. അയാൾ റിമോട്ട് കൊണ്ട് കാറിന്റെ ലോക്ക് എടുത്തു ശേഷം മുന്നിൽ ഡോർ തുറന്നു. അതിൽ മാഷ് ഒട്ടും പ്രതീക്ഷിക്കാത്ത ഒരാളെയാണ് കാണാൻ കഴിഞ്ഞത്. കണ്ണൻ അവൻ തന്നെ. അവൻ ഒരു തെറ്റും ചെയ്തിട്ടില്ല എന്നയാൾ തെളിയിച്ചിരിക്കുന്നു. അവന് വീട്ടിൽ സാമ്പത്തിക ബുദ്ധിമുട്ട് വന്നപ്പോൾ 'പാറു' ടെക്സ്റ്റൈൽസ് ഉടമയുടെ മകൻ കുറച്ച് പൈസ കൊടുത്തു. അത് തിരിച്ച് കൊടുക്കാൻ കഴിയാത്തത് കൊണ്ട് അവനെ അതിന്റെ മറവിൽ വേട്ടയാടി. ഇപ്പോ അവൻ ഒരു വലിയ ആപത്തിൽ നിന്ന് രക്ഷപ്പെട്ട പോലെയാണ്. അവനെ അറിയാൻ ആരും ശ്രമിച്ചില്ല. ഇപ്പോ അവൻ ശരിക്കും ഫ്രീയാണ്.

വൈകുന്നേരത്തെ പത്രം ഇറങ്ങി ഒരു കോപ്പിയുമായി പ്യൂൺ മോഹനൻ മാഷിന്റെ അടുത്ത് വന്നു. അതിൽ വെണ്ടക്കാ അക്ഷരത്തിൽ എഴുതിയിരിക്കുന്നു മയക്കുമരുന്ന് സംഘത്തിന്റെ വിളയാട്ടം സ്കൂൾ പരിസരത്തും. സമീപത്തുള്ള രണ്ടു ഷോപ്പുകൾ അടപ്പിച്ചു.

ഗവൺമെന്റ് കൂടുതൽ അന്വേഷണങ്ങൾക്ക് ഉത്തരവ് ഇറക്കി. പുതിയ അന്വേഷണ ഉദ്യോഗസ്ഥനെ നിയമിച്ചു. പത്രക്കടലാസിന്റെ പ്രധാനഭാഗം കണ്ണോടിച്ച മാഷ് കടപ്പാടിന്റെ ഭാഷയിൽ മുന്നിൽ നിന്ന രക്ഷകന് നേരെ കൈകൾ കൂപ്പി. പിന്നീട് കാറ് നേരെ പോയത് മീരയുടെ വീട്ടിലേക്കാണ്. ഗേറ്റിനു മുന്നിൽ എത്തിയപ്പോൾ അദ്ദേഹം അവനോട് ഇറങ്ങാൻ പറഞ്ഞു. അവനെ നിർബന്ധിക്കരുത് എന്ന ഭാവത്തിൽ മുഖം ചുളിച്ചു. കാറ് കുറച്ചു ദൂരെ പാർക്ക് ചെയ്തശേഷം അദ്ദേഹം പറഞ്ഞു, 'ഇറങ്ങൂ... കണ്ണാ എന്നോടൊപ്പം വന്നേ പറ്റൂ.' അവൻ മടിച്ച് ഇറങ്ങി. അപ്പോഴും അഭിമാനം അവന്റെ കണ്ണുകളിൽ സ്ഫുരിക്കുന്നുണ്ടായിരുന്നു.

പരവതാനി വിരിച്ച പോലുള്ള മുറ്റം. പണം ഏറെ ചിലവഴിച്ച പൂന്തോട്ടം. വരുന്നത് പ്രതീക്ഷിച്ച പോലെ മീരയുടെ അച്ഛനും അമ്മയും പുറത്ത് തന്നെ നിൽക്കുന്നു.

അടുത്ത് തന്നെ മീരയുടെ അച്ഛന്റെ സുഹൃത്ത് പ്രമാണി പാറു ടെക്സ്റ്റൈൽ ഉടമയുടെ മകളും ഉണ്ട്. അവൾ കണ്ണനെ കണ്ട ഉടനെ ഒളിക്കാൻ ശ്രമിക്കുന്നത് പോലെ നരേന്ദ്രൻസാറിന് തോന്നി. അദ്ദേഹം ദൂരെന്ന് തന്നെ വിളിച്ചു പറഞ്ഞു. 'ഏയ് ആരും പോവല്ലേ.' അവൾ പകച്ചു. അത്രഗാംഭീര്യമുണ്ടായിരുന്നു ആ പറച്ചിലിന്. അപ്പോഴേയ്ക്കും ശേഖരൻ മാഷും അവിടെ എത്തിയിരുന്നു. നടക്കാൻ കുറച്ചു പ്രയാസമെ

ങ്കിലും മീര വേദന മറന്ന് മുറ്റത്തേക്ക് നടന്നെത്തി. കാലിൽ നിന്ന് ചോര പൊടിയുന്നുണ്ടായിരുന്നു. ദൃഢഗാത്രനായ നരേന്ദ്രൻ സാറിനെ കണ്ട പ്പോൾ മീര ഒന്ന് ഭയന്നു. അദ്ദേഹം മീരയോട് ചോദിച്ചു, 'നിന്നെ തള്ളി യിട്ടത് ഇവനാണോ അതോ മറ്റാരെങ്കിലുമാണോ? സത്യം പറയാൻ ആ രെയും പേടിക്കേണ്ട കുട്ടീ.' മീരയുടെ അച്ഛൻ ഇടപെടാൻ ശ്രമിച്ചു ഉടൻ സാർ കൈപടം മീരയുടെ അച്ഛന് നേരെ കാണിച്ച് പറഞ്ഞു, 'ചോദിച്ച ത് മീരയോടാണ്.' അദ്ദേഹം നിശ്ശബ്ദനായി നിന്നു. സാർ ആവർത്തിച്ച പ്പോൾ മീര കരഞ്ഞുകൊണ്ട് പറഞ്ഞു, 'അല്ല കണ്ണനല്ല എന്നെ തള്ളി യിട്ടത്.'

പാറു ടെക്സ്റ്റൈയിൽസ് ഉടമയുടെ മകൻ ദിനേശ്. ലീനയുടെ നേർ ക്ക് വിരൽ ചൂണ്ടി പറഞ്ഞു ഇവളുടെ ഏട്ടനാണ് എന്നെ തള്ളിയിട്ടത്. ഞാൻ വീട്ടിൽ പറഞ്ഞാൽ ബാക്കി പിന്നെ അനുഭവിക്കുമെന്നും പറ ഞ്ഞു. അവിടെ നിന്ന എല്ലാവരും പകച്ചു പോയി. കാരണം അച്ഛന്റെ ഉറ്റ സുഹൃത്തിന്റെ മകൻ ഇത്തരത്തിൽ ചെയ്തപ്പോൾ കണ്ണനെ എന്നും കുറ്റപ്പെടുത്തിയവർക്കും അത് പാഠമായി. നരേന്ദ്രൻ സാർ എല്ലാവരോ ടുമായി പറഞ്ഞു. 'ഞാൻ കേസുമായി ബന്ധപ്പെട്ട് വന്ന അന്വേഷണ ഉദ്യോഗസ്ഥൻ. ഇതിൽ കണ്ണൻ തെറ്റ് ചെയ്തിട്ടില്ലാന്ന് പൂർണ്ണമായി മന സ്സിലാക്കിയ ശേഷമാണ് ഇവനെ എന്റെ ഒപ്പം കൂട്ടി ഇവിടെയ്ക്ക് വ ന്നത്.

കുറച്ച് പൈസ കടം വാങ്ങിയതിന്റെ പേരിലാണ് ഈ കുട്ടി ഇത്ര യും അനുഭവിക്കേണ്ടി വന്നത്.' മീരയുടെ മുഖത്ത് നോക്കി അദ്ദേഹം പറഞ്ഞു, 'സഹായിച്ചില്ലെങ്കിലും മറ്റൊരളെ വേദനിപ്പിക്കാൻ ശ്രമിക്കരുത്.' അവൾ നിന്ന് പരുങ്ങി മെല്ലെ വലിഞ്ഞ് പിന്നോട്ട് പോയി. അദ്ദേഹം മീര യെ നോക്കി പറഞ്ഞു. 'ഇനി ഇങ്ങനെ സംഭവിക്കില്ലെന്ന് ഞാൻ ഉറപ്പ് തരുന്നു.' പിന്നീട് അദ്ദേഹം മീരയുടെ രക്ഷിതാക്കളുടെ നേരെ തിരി ഞ്ഞ് പറഞ്ഞു, 'നമ്മൾ എപ്പഴും ശരിയാണെങ്കിലേ നമ്മുടെ മക്കളും ശരിയായി ചിന്തിക്കൂ. ആളെ അറിയാതെ ആരും അസഭ്യം പറയരുത്. നിങ്ങൾ ഈ കുട്ടിയെ ഇത്രയും പറയുമ്പോൾ ശത്രു ബലം പ്രാപിക്ക യായിരുന്നു.' മീരയുടെ അച്ഛനും അമ്മയും നെഞ്ചിൽ തൊട്ട് നരേന്ദ്ര സാറിന് മുന്നിൽ ക്ഷമാപണം നടത്തി. മീര കണ്ണനോട് കണ്ണ് നിറഞ്ഞ് കൊണ്ട് പറഞ്ഞു. 'ഞാൻ നിന്നെ കുറ്റം പറഞ്ഞിട്ടില്ല. കണ്ണൻ സാര മില്ലെന്ന ഭാവത്തിൽ മീരയോടും രണ്ടു കണ്ണുകളും അടച്ച് കാണിച്ചു. നരേന്ദ്രൻസാറും ശേഖരൻ മാഷും കണ്ണനും അവിടെ നിന്ന് യാത്രയാ യി പോകുംമുമ്പ് ശേഖരൻ മാഷ് പറഞ്ഞു. 'കുറ്റവാളികൾ ശിക്ഷിക്ക

പ്പെട്ടില്ലെങ്കിൽ പാവങ്ങൾക്ക് ജീവിതം കഷ്ടമാകും.'

ഇതാ പേപ്പർ ഇന്നത്തെ സായാഹ്ന പത്രം മീരയുടെ അച്ഛന്റെ നേരെ മാഷ് പത്രം നീട്ടി. നാളെ പേപ്പറിൽ വിശദമായി വായിക്കാം സാറെ സാറിന്റെ കൂട്ടുകാരന്റെ മകനെ പറ്റി. മാഷും നരേന്ദ്രൻ സാറിനും കണ്ണനുമൊപ്പം ഇറങ്ങി.

മീര അവർ മറയും വരെ നോക്കി നിന്നു.

♦

പ്രതിച്ഛായ

പ്രസന്നതയോടെ വൈകുന്നേരങ്ങളെ എതിരേൽക്കുന്നപോലെ ഉച്ചവെയിൽ വഴിമാറി എങ്കിലും വെയിലിന്റെ ചൂട് ഭൂമിയിൽ നിന്ന് വിട്ട് മാറിപ്പോയില്ല.

സമയം വൈകുന്നേരം നാലര കഴിഞ്ഞു. കിളികളുമായെത്തുന്ന കൂട്പോലെ സ്കൂൾ ബസ്സ് നാട്ടുഭംഗി നിറഞ്ഞു തുളുമ്പുന്ന ആ പ്രദേശത്തെ റോഡരികിൽ വന്നു. ബസ്സിൽ നിന്നും അഞ്ചാം ക്ലാസ് വിദ്യാർത്ഥിനി ആര്യവിനയചന്ദ്രൻ വന്നിറങ്ങി. അവളുടെ മുഖത്ത് അന്ന് മുഴുവൻ പഠിച്ച പാഠത്തിന്റെ നിഴൽ കാണാമായിരുന്നു. അമ്മ വാർന്നൊതുക്കി ഹേർബാന്റ് ഇട്ട് വച്ച് ഒതുക്കിയ മുടി ഇഴകൾ ഹെർബാന്റിൽ നിന്ന് വഴിമാറി നെറ്റിത്തടത്തിലേക്ക് വന്ന് കണ്ണിന് തടസ്സമായി നിന്നു. ആര്യ ഇടയ്ക്ക് കൈകൊണ്ട് തന്റെ മുടി ഒതുക്കുന്നത് കാണാം. ബസ്സ് ഇറങ്ങിവന്ന ആര്യ അമ്മയ്ക്ക് പകരം സീതേച്ചിയേയാണ് കണ്ടത്. ആര്യയുടെ നിഷ്കളങ്കമായ മുഖം സൂര്യനോട് പിണങ്ങിയ മേഘത്തെ പോലെയായി. ബസ്സിനടുത്തേക്കു വന്ന സീത ആര്യയ്ക്ക് നേരെ കൈനീട്ടിയിട്ട് ചോദിച്ചു, 'എന്താ ആര്യമോളെ അമ്മയെ കാണാഞ്ഞിട്ടാണോ മോള് പിണങ്ങിയത്? അമ്മ മോൾക്ക് ഒരു സർപ്രൈസ് ഉണ്ടാക്കുന്നു. അതാ ഞാൻ വന്നത്.'

പിണങ്ങി നിന്ന ആര്യയുടെ കയ്യിലേക്ക് പിടിച്ച് കൊണ്ട് സീത പറഞ്ഞു, 'വാ.... മോളെ... പോകാം.' ആര്യ സീതയുടെ കൈ തട്ടിമാറ്റി വിട്ട് ആകാംക്ഷയോടെ ചോദിച്ചു.... 'എന്ത് സർപ്രൈസ്?' സീത ആര്യയുടെ ചെവിയിൽ എന്തോ പറഞ്ഞു. കേട്ട ഉടനെ ആര്യയുടെ മുഖം ചെമ്പരത്തിപൂപോലെ വിടർന്നു. സന്തോഷം കൊണ്ട് ആ കുഞ്ഞു മുഖം ആശ്ചര്യ പൂർണ്ണമായ സന്തോഷത്താൽ തിളങ്ങി കയ്യിലുള്ളതെല്ലാം സീതേച്ചിയുടെ മുന്നിലിട്ട് ഓടാൻ തുടങ്ങി. പ്രകൃതിയിൽ എവിടെയോ ഒളിഞ്ഞു നിന്ന പൂമ്പാറ്റക്കൂട്ടങ്ങൾ... ഓടിയണയുന്ന പോലെ... വഴിയോരത്ത് ഉണങ്ങി വീണ ഇലകൾ പുതുജീവൻ വച്ചതുപോലെ ആര്യയുടെ സന്തോഷത്തിന് കൂട്ടായ് പാറിക്കളിച്ചു. കുഞ്ഞുകാലിലെ കുലുങ്ങി ചിരിച്ചു കൊണ്ട് വഴിമാറിക്കൊടുത്തു.

ഓടിക്കിതച്ച് വന്നെത്തിയ ആര്യ ഉമ്മറത്തെത്തും മുമ്പേ “അച്ഛാ... എന്ന് ഉറക്കെ വിളിച്ചു.” ആവർത്തിച്ചുള്ള ആ കിളിക്കൊഞ്ചൽ കേട്ടപ്പോൾ വിനയചന്ദ്രന്റെ ഉള്ളിൽ ഏതോ പറഞ്ഞറിയിക്കാൻ കഴിയാത്ത അനുഭൂതി അങ്കുരിക്കുന്ന പോലെ തോന്നി. മകളെ കളിപ്പിക്കാനായി മുറിയിൽ ഒളിച്ചിരുന്ന വിനയൻ അറിയാതെ വീണയിൽ നിന്നു മീട്ടുന്ന സ്വര ബിന്ദുപോലെ പുറത്തേക്ക് ഓടി വന്നു. മോളേ ചേർത്ത് പിടിച്ച് ഇളം കവിളിൽ തുരുതുരാ ഉമ്മ വച്ചു. ആ നിമിഷത്തിൽ ആ വീട് പകരക്കാരനില്ലാത്ത സ്നേഹ സാന്ദ്രമാം സംഗീത ഗംഗയായി. ‘അച്ഛനോട് ആര്യ കൊഞ്ചിക്കൊണ്ട് പറഞ്ഞു. അച്ഛനെന്താ പറയാതെ വന്നേ?’

‘വിനയൻ മകളുടെ മുടിയിൽ തലോടിക്കൊണ്ട് പറഞ്ഞു. പറഞ്ഞാൽ മോളുടെ സ്നേഹം അച്ഛന് ഇത്രയും കിട്ടിയില്ലെങ്കിലോ എന്ന് പേടിച്ചാണ് അച്ഛൻ പറയാഞ്ഞത്.’ ആര്യ അച്ഛനെ നോക്കി ചോദിച്ചു അതെന്താ അങ്ങനെ? മോളെ... നേരത്തെ അച്ഛൻ വരുന്നത് അറിയിച്ചാൽ ഇത്ര ഫീൽ വരുമോ അമ്മയ്ക്കും മോൾക്കും? അച്ഛന്റെ മനസ്സ്, അതു മോൾക്ക് പറഞ്ഞാൽ മനസ്സിലാവില്ല. അതുകേട്ട്, ശാലി പടിവാതിലിൽ നിന്ന് അകത്തേക്ക് വന്ന് അച്ഛന്റെയും മോളുടെയും ഇടയിൽ കുനിഞ്ഞ് നിന്ന് ചോദിച്ചു. ‘കാണാതിരുന്നേൽ പോകുന്നതാണോ നമ്മുടെ സ്നേഹം?’ വിനയൻ ഇരുന്നിടത്തു നിന്ന് കൈകൾ മുകളിലോട്ട് നീട്ടി ശാലിയുടെ ചുമലിലോട്ട് വച്ചു. അമ്മയേയും മകളെയും ചേർത്ത് പിടിച്ച് പറഞ്ഞു. ‘നിങ്ങൾ അല്ലാതെ പിന്നെയാരാ എനിക്കുള്ളത് എന്നെ സ്നേഹിക്കാൻ?’ ശാലിയുടെ കണ്ണിൽ നിന്നും മുത്തുപോലെ കണ്ണീർക്കണം മുഖത്തേക്ക് ചേർന്നൊലിച്ചു. ആ കണ്ണുനീർ ബിന്ദു വിനയന്റെ കൈകളിൽ വന്നു പതിച്ചു. വിനയൻ ശാലിയുടെ കവിളിൽ തട്ടിക്കൊണ്ടു പറഞ്ഞു, ‘ഏയ് നോക്കൂ കണ്ണുനീർ വീഴ്ത്തരുത്. മനസ്സിന് കട്ടി വേണം. നീ ജവാന്റെ പത്നിയാണ്. നീയല്ലെ എന്നോട് പറഞ്ഞത് വിനയേട്ടന്റെ കണ്ണ് ഒരിക്കലും നിറഞ്ഞ് കാണാൻ പാടില്ല. എന്നെ പോലെയാകണം എന്ന് ഇതാണോ നിന്റെ ധൈര്യം? ഞാൻ രാജ്യം കാക്കുന്ന സൈനികനാകണം എന്ന് എന്നേക്കാൾ ആഗ്രഹിച്ചത് നിന്റെ അമ്മയാണ് മോളെ...’ ആര്യമോളോടായ് വിനയൻ പറഞ്ഞു. ‘മോൾക്കറിയുമോ എന്നെ കാണും മുമ്പേ എന്റെ ചിത്രം വരച്ചവളാണ് നിന്റെ അമ്മ.’ ശാലിയുടെ മുഖത്ത് ഒരു നാണം വഴിമാറി വന്ന പോലെ തന്നെ അത് അപ്രത്യക്ഷമായി. ആര്യ ആശ്ചര്യത്തോടെ അമ്മയുടെ മുഖത്തേക്ക് നോക്കി ചോദിച്ചു. ‘അതയോ അമ്മേ? അച്ഛൻ പറയുന്നത് സത്യമാണോ അമ്മേ?’ ശാലു കഴുത്ത് കൊണ്ട് ശരിയാണ് എന്ന് പറഞ്ഞു. അപ്പോഴേയ്ക്കും

സീത ആര്യയുടെ ബാഗുമായി അകത്തേക്ക് വന്നു. പിറകെ സേതുവും ജ്യോതിയും എത്തി. കൂട്ടത്തിൽ ലക്ഷ്മി അമ്മയും ഉണ്ടായിരുന്നു.

ലക്ഷ്മി അമ്മ, നീലക്കരയുള്ള വേഷ്ടിയുടെ ചുരുൾ ശരിയാക്കി കൊണ്ട് പറഞ്ഞു. 'സേതു പറഞ്ഞിട്ടാണ് മോനെ ഞാനറിഞ്ഞത് നീ വന്ന കാര്യം. എന്നിട്ടും ഞാൻ വിശ്വസിച്ചില്ല. പിന്നെ സീത മോളും പറഞ്ഞു. അതാ നിന്നെ കാണാൻ ഞാനിപ്പോൾ വന്നത്.' വിനയൻ ലക്ഷ്മി അമ്മയുടെ പുറത്ത് കൈവച്ച് കൊണ്ട് പറഞ്ഞു, 'അതിനെന്താ. ഞാൻ അങ്ങോട്ട് വന്ന് കാണില്ലേ? എങ്ങിനെയുണ്ട് അവിടെ ഒക്കെ?' 'എല്ലാവരും നല്ല ആളുകളാണോ മോനെ?' വിനയൻ ചുണ്ടിൽ ചിരി തൂകി കൊണ്ട് പറഞ്ഞു, 'അതേ എല്ലാവരും നല്ല ആളുകൾ തന്നെ ലക്ഷ്മി അമ്മേ.' അപ്പോഴേയ്ക്കും ശാലി എല്ലാവർക്കും ചായയുമായി വന്നു.

ചായ കുടിക്കുന്നതിനിടയിൽ ആര്യയുടെ നേർക്ക് നോക്കി സേതുമാമ ചോദിച്ചു. 'മോൾക്ക് ഇന്ന് സീതേച്ചിയേ പോലും വേണ്ടെന്നു തോന്നുന്നല്ലോ?' ആര്യ അച്ഛനെ ചേർന്ന് ഇരുന്നുകൊണ്ട് ഒരു കുസൃതിനോട്ടം നോക്കിയതേയുള്ളൂ.

പിന്നെയുള്ള ദിവസങ്ങളെല്ലാം സന്തോഷത്തിന്റേതായിരുന്നു. സേതു വിനയന്റെ അമ്മാമന്റെ മകനാണ്. പക്ഷെ വിനയന് സേതു ഏട്ടന് തുല്യനാണ്. സേതുവിന്റെ ഭാര്യ ജ്യോതിർമയി. അവർ നേഴ്സാണ്. 'മാലാഖ' ആർക്കും എപ്പോഴും ഉപകാരത്തിനെത്തുന്ന മാലാഖ. അവരുടെ രണ്ട് മക്കളിൽ മൂത്തവൾ സീത. ആര്യയ്ക്ക് സീതേച്ചി എന്ന് വച്ചാൽ വലിയ ഇഷ്ടമാണ്. വിനയൻ നാട്ടിൽ വരുമ്പോൾ ഒരു സൂര്യൻ ഉദിച്ച പോലെയാണെന്ന് സേതു ഏട്ടൻ എപ്പോഴും പറയും. തറവാട്ടിലും നാട്ടിലും എല്ലാവർക്കും അങ്ങിനെ തന്നെയാണ്. ഓരോ വരവും ഒരാഘോഷം പോലെയാണ് കടന്ന് പോയത്. അങ്ങിനെ ഓരോ മാഘവും ഫാൽഗുനവും ചൈത്രവും കടന്നുപോയി.

ആര്യ പത്താം ക്ലാസ്സിൽ നല്ല മാർക്കോടെ പാസ്സായി. തന്റെ മകൾ ഇന്നയാളാവണം എന്ന് ഒരിക്കലും വിനയൻ പറഞ്ഞട്ടില്ല. അവളെ നിർബന്ധിച്ചിട്ടുമില്ല. മോൾക്ക് ആരാവണമോ അതാവാം അതായിരുന്നു അച്ഛന്റെ അഭിപ്രായം. ആര്യ അതേ സ്കൂളിൽ തന്നെ പ്ലസ്ടുവിന് ചേർന്നു. ആ ഗ്രാമഭംഗിയും ആര്യയും ഇരട്ട സഹോദരിമാരെ പോലെ കൗമാരഭംഗിയുടെ നിറകുടമായി നിറഞ്ഞുനിന്നു!

പതിവ് പോലെ ആര്യ രാവിലെ സ്ക്കൂളിലേക്ക് പോയി. ആര്യ സെക്കന്റ് ലാംഗ്വേജ് മലയാളമാണ് എടുത്തത്. മാധവൻ സാറാണ് മലയാളം എടുക്കുന്നത്.

ഉച്ചയ്ക്ക് സെക്കന്റ് പിരിയഡ് മലയാളമായിരുന്നു. സാറിന്റെ മലയാളം ക്ലാസ്സ് നല്ല ഇൻട്രസ്റ്റിങ്ങ് ആണ്. കഥയായാലും കവിതയായാലും വിദ്യാർത്ഥികൾ ആ നാളുകളിലേക്ക് എത്തിച്ചേർന്ന പോലെ തോന്നും.... അന്ന് മാധവിക്കുട്ടിയുടെ 'പക്ഷിയുടെ മരണമായിരുന്നു' വിഷയം. ഇഷ്ടപ്പെട്ട എഴുത്തുകാരി കൂടിയായതുകൊണ്ട് ക്ലാസ്സിൽ ലയിച്ചിരിക്കുമ്പോഴാണ് പ്യൂൺ വന്ന് പറയുന്നത് ആര്യാ വിനയചന്ദ്രനെ പ്രിൻസിപ്പാൾ വിളിക്കുന്നു എന്ന്. കൂടെ ബാഗ് കൂടി എടുക്കാൻ പറഞ്ഞു. ആകാംക്ഷയോടെ ആര്യ ബാഗുമായി ഓഫീസിലേക്ക് പോയി.

ഓഫീസിന് മുന്നിൽ സീതേച്ചിയേക്കണ്ട ആര്യ ആശ്ചര്യത്തോടെ അല്പമൊന്ന് നിന്നു. രണ്ടു ഭാഗവും മെടഞ്ഞിട്ട റെഡ് റിബൺ ധരിച്ച മുടിയിൽ നിന്ന് ഒന്ന് പിടിച്ച് മെല്ലെ ചുറ്റിക്കൊണ്ടു ആ കുസൃതി കയ്യിലെടുത്തു കൊണ്ട് സീതയുടെ സമീപത്തേക്ക് വന്ന് ചോദിച്ചു. 'സീതേച്ചി ഇന്നും വല്ല സർപ്രൈസും ആയിട്ടാണോ വന്നത്?'

സീത ആര്യയുടെ മുഖത്തേക്ക് നോക്കി ഉള്ളിൽ ഒതുക്കിയ സങ്കടത്തോടെ ഒരു മൂളൽ. ആര്യ ചോദ്യം ആവർത്തിച്ചു. സീത ആര്യയുടെ മുഖത്ത് നോക്കാതെ പറഞ്ഞു, 'ആര്യേ മിണ്ടാതിരിക്ക്.'

പ്രിൻസിപ്പാൾ ആര്യയ്ക്ക് പോകാനുള്ള അനുവാദം എന്ന ഭാവത്തിൽ മുഖം കൊണ്ട് ആംഗ്യഭാവം കാണിച്ചതേയുള്ളൂ. എന്തോ എല്ലാവരിലും ഒരു ശോകഭാവം ആര്യയ്ക്ക് ഫീൽ ചെയ്തു.

ആ കുഞ്ഞുനാളുപോലെ. ആര്യയുടെ കയ്യിൽ പിടിച്ച് സീതേച്ചി മുന്നോട്ട് നടക്കുമ്പോൾ ഒന്നു മിണ്ടാതെയുള്ള ആ നടത്തം ആര്യയ്ക്ക് ഒട്ടും സുഖം പകർന്നില്ല. സ്ക്കൂൾ ഗ്രൗണ്ട് കഴിയും വരെ ആര്യ ചോദ്യങ്ങൾ ചോദിച്ചതല്ലാതെ സീത മറുപടി ഒന്നും പറഞ്ഞില്ല. ഗേറ്റിനടുത്ത് പാർക്ക് ചെയ്ത കാറിനടുത്ത് എത്തിയപ്പോൾ ആര്യ ചോദിച്ചു.

'സീതേച്ചിയുടെ മുത്തശ്ശിയ്ക്ക് എന്തെങ്കിലും പറ്റിയോ?' 'അതൊക്കെ അവിടെ ചെല്ലുമ്പോൾ അറിയുമല്ലോ ആര്യേ?' പിന്നെ എന്തോ ഒരു പന്തികേട് സീതേച്ചിയുടെ സ്വഭാവത്തിൽ ആര്യയ്ക്ക് വീണ്ടും വീണ്ടും ഫീൽ ചെയ്തു. സാധാരണ ആര്യയെ കാണുമ്പോൾ സീതേച്ചി ഇതല്ല ആര്യയെക്കാൾ കുറുമ്പുകളിക്കുന്ന സീതേച്ചിയാണ് ഇപ്പോൾ ഇങ്ങനെ പെരുമാറുന്നത്. കാറ് മുന്നോട്ട് നീങ്ങുന്ന ഓരോ സെക്കന്റിലും ഒരു പാട് ദൂരമുണ്ടെന്ന് ആര്യയ്ക്ക് തോന്നി.

മുഖത്തെ ഭാവം കാണുന്നത് കൊണ്ടായിരിക്കാം സീത ആര്യയുടെ മുഖത്ത് നോക്കിയതേയില്ല. അകം പൊട്ടുന്ന വേദന ഉള്ളിൽ തളം കെട്ടി കൊണ്ട് മൗന വീഥിയിലൂടെ കാറ് തറവാട്ടിന് മുന്നിലെത്തി. കുറേ

വണ്ടികൾ തറവാട്ടിന് മുന്നിലെ റോഡിൽ നിർത്തിയിട്ടിരിക്കുന്നു. പരിസരമാകെ ഒരു നിശ്ശബ്ദത കളിയാടുന്നത് കാണാം. വഴിയിലൂടെ നടന്നു പോകുന്ന ഓരോ വ്യക്തിയിലേക്കും ആര്യയുടെ മിഴികൾ ഓടി നടന്നു. വീട്ടിന് മുന്നിലായി അവിടെയും ഇവിടെയും ആളുകൾ കൂട്ടം കൂടി നിൽക്കുന്ന ശബ്ദം. അടക്കി സംസാരിക്കുന്നത് കാണാം. കാറിൽ നിന്ന് ഇറങ്ങിയശേഷം ആര്യയുടെ കയ്യിൽ പിടിച്ച് കൊണ്ട് സീത പറഞ്ഞു 'ആര്യേ... മോളെ മനഃപ്പൂർവ്വം വേദനിപ്പിക്കണം എന്ന് വിചാരിച്ച് സീതേച്ചി ഒന്നും ചെയ്തിട്ടില്ല...' നിയന്ത്രണം വിട്ട് പൊട്ടിക്കരഞ്ഞുകൊണ്ട് പറഞ്ഞു, 'മോളെ നീ പറഞ്ഞ പോലെ നിന്റെ അച്ഛൻ നിനക്ക് സർപ്രൈസുമായി വരുന്നുണ്ട്. ജവാന്റെ മോളാണ് എന്ന് നിന്റെ അച്ഛൻ നിന്നോട് പറയാറില്ലേ? നീ ധൈര്യം പിടിക്കണം. നിന്റെ അച്ഛന് വേണ്ടി.' ആര്യ ഒന്നും മനസ്സിലാവാതെ സീതേച്ചിയെ തന്നെ നോക്കി നിന്നു. ആര്യ സീതയുടെ കണ്ണിൽ തന്നെ തുറിച്ചു നോക്കി ശബ്ദം ഇടറി കൊണ്ടു ചോദിച്ചു... 'സീതേച്ചി പറയ്... എന്റെ അച്ഛൻ ? എനിക്ക് എന്ത് സർപ്രൈസാ കൊണ്ട് വന്നേ...' ആര്യ ബാഗ് വഴിയിലിട്ടു... രണ്ടു കൈകളും തലയിൽ വച്ച് പൊട്ടി കരയാൻ തുടങ്ങി.... 'എന്റെ അച്ഛന് എന്താ പറ്റിയത് സീതേച്ചി...'

ഡ്രൈവർ സത്യൻ കാറിൽ നിന്ന് പെട്ടെന്ന് ഇറങ്ങി വന്ന് ആര്യയെ പിടിച്ച് കൊണ്ട് സീതയോട് പറഞ്ഞു, 'എന്തായാലും സീതേ വീട്ടിലെത്തിയിട്ട് പറഞ്ഞാൽ പോരായിരുന്നോ... ഇനി ഇപ്പോ ഈ കുട്ടിയെ എങ്ങിനെ വീട്ടിലെത്തിക്കും?'

അപ്പോഴാണ് വിനയന്റെ വകയിലുള്ള ബന്ധുക്കളായ ഭാനുമതിയും ചിത്രയും ഓട്ടോറിക്ഷയിൽ വന്നിറങ്ങിയത്.

ഉടനെ തന്നെ അവരുടെ സഹായത്തോടെ ആര്യയെ തറവാട്ടിലെത്തിച്ചു. ആര്യയുടെ ബാഗ് അനാഥമായി വഴിയിൽ വീണു കിടന്നു.

ചുവന്ന റിബൺ മുടിയിൽ നിന്ന് താഴെ വീണ് ആരൊക്കെയോ ചവിട്ടി മെതിച്ചു. ആര്യയെ കണ്ട സേതു മാമ എവിടെ നിന്നോ ഓടി വന്ന് ആര്യയെ കെട്ടിപ്പിടിച്ച് കൊണ്ട് പറഞ്ഞു. 'മോളെ യാഥാർത്ഥ്യത്തോട് പൊരുത്തപ്പെട്ടേ പറ്റൂ. നിന്റെ അച്ഛൻ ഗാൻവൻ താഴ്വരയിലുണ്ടായ സൈനിക ആക്രമണത്തെ തുടർന്നുണ്ടായ സ്ഫോടനത്തിൽ... മരിച്ച ചില സൈനികരെ തിരിച്ചറിഞ്ഞിട്ടില്ല അതിൽ മോളുടെ അച്ഛനും ഉണ്ടെന്നാണ് വിവരം കിട്ടിയത്. മറിച്ചാവണേ എന്നാണ് എല്ലാവരുടെയും പ്രാർത്ഥന. പക്ഷേ കുറച്ചു നേരത്തെ വന്ന വിവരണത്തിൽ വിനയന്റെ മരണം സ്ഥിരീകരിച്ചു. രണ്ടു ദിവസത്തിനുള്ളിൽ ബോഡി എത്തുമെന്നും,

അറിഞ്ഞു. വിവരം അറിഞ്ഞപ്പോൾ തന്നെ നിന്റെ അമ്മ ഇപ്പോൾ കാണണം എന്ന് പറഞ്ഞ് ബഹളമായിരുന്നു. അതെല്ലാം വെറുതേയല്ലേ പറഞ്ഞുണ്ടാക്കുന്നതാണ് അങ്ങനെയൊന്നും വന്നിട്ടുണ്ടാവില്ല എന്നും പറഞ്ഞ് കുറേ അലമുറയിട്ടു കരഞ്ഞു. പിന്നെ മോഹാലസ്യപ്പെട്ട് വീണു. ജ്യോതി പരിചയമുള്ള ലിസ്സി ഡോക്ടറെ വിളിച്ച് പരിശോധിപ്പിച്ച് കിടത്തിയിരിക്കുകയാണ്. മോള് അവിടെ ചെന്ന് കരയുകയൊന്നും ചെയ്യരുത്. വിഷമമുണ്ടാകും. കരയണ്ടത് കരഞ്ഞ് തന്നെ തീർക്കണം.... എന്ന് വിചാരിച്ച് സത്യമല്ലാതാകുമോ?' അങ്ങിനെ യാന്ത്രികമായി ഓടുന്ന പാവകളെപ്പോലെ, തറവാട്ടിലെ മുഴുവൻ അംഗങ്ങളും നല്ലവരായ ജനങ്ങളും ചേർന്ന് ഹൃദയവേദനയോടെ, എല്ലാ ഔദ്യോഗിക നടപടികളോടും കൂടി, വീരമൃത്യു വരിച്ച ജവാനെ, തറവാട്ടിന്റെ മണ്ണിൽ അന്തി ഉറക്കി....

വികൃതമായതിനാൽ പെട്ടിയിൽ അടച്ചുകൊണ്ടുവന്ന ബോഡി പുറത്തേക്ക് എടുക്കാത്തത് കാരണം ആര്യയും അമ്മയും അത് വിനയനാണെന്ന് വിശ്വസിച്ചില്ല.......... അതിനുശേഷം ആര്യയുടെ അമ്മ സ്വബോധത്തോടെ മോളെന്ന് വിളിച്ചിട്ടുമില്ല. പിന്നീടുള്ള ദിനങ്ങൾ അങ്ങിനെ .... കടന്നുപോയി...

പ്ലസ്ടു കഴിഞ്ഞ ആര്യ കോളേജിൽ ചേരാൻ തയ്യാറെടുത്തു. രാത്രിയുടെ നിഴൽ ഓളങ്ങളായി വരുന്ന അച്ഛന്റെ ഓർമ്മകളായി

വർണ്ണശലഭമായ കോളേജ് ജീവിതത്തിന്റെ പച്ചപ്പിലേക്ക് ആര്യയുടെ ഏകാന്ത ചിന്ത ചിറകുകൾ വിരിച്ച് പാറി പറന്നു. ആര്യ തറവാട്ടിൽ നിന്ന് ഹോസ്റ്റലിലേക്ക് താമസം മാറി. പ്രവീണയായിരുന്നു ആര്യയുടെ അടുത്ത കൂട്ടുകാരി. സീതേച്ചിയുടെ ഛായ ഉണ്ടായതുകൊണ്ടായിരിക്കാം മറ്റുള്ളവരെക്കാൾ, ആര്യ പ്രവീണയെ ഇഷ്ടപ്പെട്ടത്.

അമ്മയുടെ ചിത്രം വരക്കാനുള്ള കഴിവ് അല്പമൊക്കെ ആര്യയ്ക്കും ഉണ്ടായിരുന്നു. ധിക്കാരത്തിന്റെ അട്ടഹാസമോ അസൂയയുടെ ചൂളം വിളികളോ അവരുടെ കോളേജ് ജീവിതത്തിൽ ഉണ്ടായിരുന്നില്ല. ആഘോഷവും ആരവവും നിറഞ്ഞ കോളേജ് ജീവിതത്തിനിടയിൽ ആര്യയ്ക്കും പ്രവീണയ്ക്കുമിടയിൽ ശ്യാം എന്ന് പേരുള്ള ഒരു നല്ല കൂട്ടുകാരൻ കൂടെയുണ്ടായിരുന്നു. ശ്യാം കോളേജിലെ മിടുക്കനായ വിദ്യാർത്ഥിയായിരുന്നു. ഒരു പരിധി വരെ ശ്യാമിന്റെ സൗഹൃദം ആര്യയ്ക്ക് പുതിയ ഉണർവ്വേകി.

ലീവ് ദിവസങ്ങളിൽ മാത്രം നാട്ടിലെത്തുന്ന ആര്യയെ കാണാൻ സേതുമാമയും ജ്യോതി ആന്റിയുമെത്തും.

അമ്മയെ നോക്കാൻ സരള എന്ന സ്ത്രീയെ ഏർപ്പാട് ചെയ്തിട്ടുണ്ട്. വൈകുന്നേരം ഹോസ്റ്റലിൽ നിന്ന് വന്ന് അമ്മയ്ക്ക് അത്യാവശ്യ കാര്യങ്ങളൊക്കെ ചെയ്തുകൊടുക്കുന്നത് ജ്യോതി ആന്റിയാണ്. മരുന്നൊക്കെ എന്നും കൊടുക്കുന്നതും ജ്യോതി ആന്റിയാണ്. അനുഗ്രഹീതായ സ്വഭാവക്കാരിയാണ് ജ്യോതി.

ജ്യോതി ആന്റിയെ കുറിച്ച് ആര്യ എപ്പോഴും പ്രവീണയോടും ശ്യാമിനോടും പറയുമായിരുന്നു.

അങ്ങിനെ കാറ്റിൽ പറക്കാൻ വെമ്പുന്ന വ്യത്യസ്തകളറുള്ള കടലാസു പൂക്കളെ പോലെ ചെറിയ ഇഷ്ടക്കേടുകളിൽ പോലും ഇണക്കങ്ങളുടെ വലിയ ചരടിൽ കോർത്ത് വച്ച, ആ മഴവില്ലിൻ വർണ്ണത്തിൽ ആടിപാടി നിറഞ്ഞ് നിന്ന് എല്ലാം മറന്ന് കോളേജ് ജീവിതം ആസ്വദിക്കവേ, അവസാന വർഷ ഫെബ്രുവരി പകുതിയായപ്പോഴാണ് ഭീതിയുടെ നിഴൽ പരത്തി കോറോണ വൈറസ്സ് എന്ന മഹാ വ്യാധി പടർന്ന് പിടിക്കുന്ന എന്ന വാർത്ത വന്നത്.

ലോകമാകെ രോഗ ഭീതിയിലായി. വൈദ്യശാസ്ത്രം പോലും മഹാവ്യാധിക്ക് മുന്നിൽ തല കുനിച്ചു. ഗവൺമെന്റ് വിദ്യാഭ്യാസ സ്ഥാപനങ്ങൾ അടച്ചിടാൻ നിർദ്ദേശം കൊടുത്തു. തുടർന്ന് കോളേജും ഹോസ്റ്റലും അടച്ചിട്ടു. വിദ്യാർത്ഥികൾ കൂട്ടിലടച്ച അവസ്ഥയിലെത്തി. സഹപാഠികളുമായുള്ള കൂടിച്ചേരൽ ഇല്ലാതായി. മെല്ലെ മെല്ലെ പ്രിയ സൗഹൃദങ്ങൾക്ക് വരെ മങ്ങലേറ്റു. ആര്യ വീണ്ടും തറവാട്ടിന്റെ ഏകാന്തതയിൽ തളച്ചിടപ്പെട്ടു.

പഴയപോലെ പകലിന്റെ തുടക്കം കുറിക്കാൻ ചായയുമായി വരുന്ന അമ്മയുടെ കാലൊച്ചയില്ല. അച്ഛന്റെ സ്നേഹാർദ്രമാർന്ന തലോടൽ അനുഭവപ്പെടുന്ന ഒരു കുഴിമാടമുണ്ട് കൂട്ടിന്. പുഴയിൽ കൈവിട്ട് പോയ പങ്കായം പോലെ ആര്യയുടെ മനസ്സും അലഞ്ഞു. ആര്യ അമ്മയുടെ അടുത്തിരുന്നു. അമ്മയുടെ നിശ്ചലമായ കൈത്തലം തന്റെ കൈയ്യിൽ വച്ച് കുറേ സമയമിങ്ങനെ ഇരുന്നു. ഒരു ഹോസ്റ്റലിന്റെ പ്രതീതി തോന്നുന്ന മുറി. അമ്മയുടെ കണ്ണിന് താഴെ കറുപ്പ് കട്ടിയായിരിക്കുന്നു. ചുണ്ടുകൾ വരണ്ടിരിക്കുന്നതു കണ്ടാൽ സുന്ദരിയായിരുന്ന അമ്മയ്ക്ക് 60 വയസ്സു പ്രായം തോന്നിക്കും. അമ്മ ക്ഷീണിതയായിരിക്കുന്നു. ഉദാസീന ഭാവത്തോടെ ആര്യ പുറത്തേക്ക് നടന്നു അങ്ങനെ ദിവസങ്ങൾ കടന്നുപോയി.

ഒരു ദിവസം ജ്യോതി ആര്യയുടെ അമ്മയ്ക്ക് മരുന്നു കൊടുക്കാനായി വന്നപ്പോൾ, ദൂരെ തൊടിയിൽ ആര്യയെ കണ്ടപ്പോൾ ജ്യോതി ചോ

ദിച്ചു..... "മോളെ നീ എന്തിനാ ഇപ്പോ ആ കാട്ടിൽ ഇങ്ങനെ നിൽക്കുന്നത് ഈ കോവിഡ് കാലത്ത് കാലിൽ എന്തെങ്കിലും തൊട്ടാൽ". ഹോസ്റ്റലിൽ പോകാൻ കഴിയാത്ത അവസ്ഥയാണ്.

പക്ഷെ ആര്യ പതിവിലും സന്തോഷവതിയായിരുന്നു. ആര്യ തിരിഞ്ഞു നിന്ന് ചോദിച്ചു ജ്യോതി ആന്റി സത്യം പറയണം. ഈ കോവിഡ് കാലം ആസ്വദിക്കാനുള്ളതല്ലെ? മൊബൈലെടുത്ത് ആര്യ ജ്യോതിയോട് പറഞ്ഞു. ജ്യോതി ആന്റി മാസ്ക് മാറ്റി എന്റെ കൂടെ നിന്നേ ഒരു ഫോട്ടോ എടുക്കട്ടെ എന്ന് പറഞ്ഞു. ആര്യ ജ്യോതിയുടെ കൂടെ നിന്ന് ഫോട്ടോ എടുത്തു എന്നിട്ട് പറഞ്ഞു. കോവിഡ് കാലത്ത് സിസ്റ്റർ ജ്യോതിർമയിയോടൊപ്പം ആര്യാ വിനയചന്ദ്രൻ.

പെട്ടെന്നുള്ള ഈ സന്തോഷം ജ്യോതിയെ ചിന്തിപ്പിച്ചു. ഇത്ര സന്തോഷവതിയാവാൻ എന്താണ് കാരണം? ആര്യയിൽ പെട്ടെന്ന് കാണുന്ന ഈ മാറ്റത്തിന് എന്തെങ്കിലും കാരണം വേണ്ടേ? ജ്യോതിയുടെ മനസ്സിൽ വേവലാതി കൂടി.

ഒരു ദിവസം ഉച്ചഭക്ഷണം കഴിഞ്ഞ് സരള മുറി വൃത്തിയാക്കാനായി ശാലിയുടെ റൂമിലേക്ക് പോയപ്പോൾ അകത്ത് ആര്യയുടെ സംസാരം കേട്ട്, സരള മുറിക്ക് പുറത്ത് നിന്ന് ആര്യ അമ്മയോട് പറയുന്നത് കേൾക്കാനിടയായി.

ആര്യ അമ്മയോട് ഇങ്ങനെ പറഞ്ഞു അമ്മേ... 'നോക്കമ്മേ. ഇതാ അച്ഛൻ. അച്ഛനെന്നും മെസെഞ്ചറിൽ വരാറുണ്ട്. എന്റെ എല്ലാ പോസ്റ്റിനും ലൈക്കും കമന്റു ഇടാറുണ്ട്. അച്ഛൻ ജീവിച്ചിരിപ്പുണ്ട് അമ്മേ...!'

ഇത് കേട്ട സരള ആര്യ കാണാതെ മറഞ്ഞു നിന്നു. സരള പരിഭ്രമിച്ചു. ജ്യോതിയെ കാര്യം ധരിപ്പിച്ച സരള തറവാട്ടിൽ എത്രയും പെട്ടെന്ന് മന്ത്രവാദം കഴിപ്പിക്കണമെന്നും ഇത് ബാധയാണെന്നും പറഞ്ഞു. സേതുവിനോ, ജ്യോതിയ്ക്കോ ഇതിലൊന്നും വിശ്വാസമില്ലായിരുന്നു. ആയിടയ്ക്ക് ഒരു ദിവസം ശ്യാം ആര്യയെ കാണാൻ തറവാട്ടിലേക്ക് വന്നു. ശ്യാമിനെ കണ്ട ഉടനെ ഓടിച്ചെന്ന് ശ്യാമിനോട് പറഞ്ഞു ശ്യാം എന്റെ അച്ഛൻ ജീവിച്ചിരിപ്പുണ്ട്. ഇത് കണ്ടോ അച്ഛന്റെ ഐഡി. ഈ ഫോട്ടോ കണ്ടോ ഇതാണ് എന്റെ അച്ഛൻ. ശ്യാം മറുപടി ഒന്നും പറഞ്ഞില്ല.

ശ്യാമിന്റെ കണ്ണുകൾ നിറയുന്നത് കാണാമായിരുന്നു. ശ്യാമിനെ ജ്യോതി അകത്തേക്ക് വിളിച്ചിരുത്തി ചായയുണ്ടാക്കി കൊടുത്തു. ശ്യാമിന്റെ ആഗ്രഹ പ്രകാരം ആര്യയുടെ അമ്മയുടെ റൂമിലേക്ക് പോയി അമ്മയെ കണ്ടു. ഉടനെ തന്നെ തിരിച്ചു വന്നു. കോവിഡ് കാലമായതിനാൽ അധിക സമയം റൂമിൽ നിന്നില്ല.

ശ്യാം വന്നപ്പോഴാണ് ആര്യയുടെ മനസ്സിന്റെ യഥാർത്ഥ അവസ്ഥ ജ്യോതിയ്ക്ക് മനസ്സിലായത്. ജ്യോതി തന്നെയായിരുന്നു ശ്യാമിനെ വരാൻ പറഞ്ഞതും അത് ആര്യ അറിഞ്ഞില്ല എന്ന് മാത്രം.

യൗവനം വിട്ട് മാറാത്ത പ്രായത്തിലെ അവശയായ ആ അമ്മയുടെ കിടപ്പ് ശ്യാമിനെ വല്ലാതെ നൊമ്പരപ്പെടുത്തി.

ആവലിയ തറവാട്ടിലെ ഏകാന്ത നിമിഷങ്ങളിൽ ഉണ്ടാകാവുന്ന അപകടങ്ങൾ ശ്യാമിന് വായിച്ചെടുക്കാൻ കഴിഞ്ഞു.

ആര്യ അപ്പോഴും ശ്യാമിനോട് അച്ഛന്റെ വിവരങ്ങൾ പറയുന്ന തിരക്കിലാണ്. ആര്യയുടെ നിർത്താതെയുള്ള അച്ഛന്റെ വിവരണം കേട്ടിട്ട് ശ്യാമിന് ഭയമാണ് തോന്നിയത്. ശ്യാം മനഃപൂർവ്വം ശ്രദ്ധിക്കാതെ നിന്നപ്പോൾ ആര്യയ്ക്ക് ശ്യാമിനോട് ദേഷ്യം വന്നു. ആര്യ ശ്യാമിനോട് കയർക്കുന്നത് ജ്യോതി ആന്റി ശ്രദ്ധിക്കുന്നുണ്ടായിരുന്നു. ജ്യോതി ആര്യയുടെ അടുത്തേക്ക് വന്ന് ചോദിച്ചു. എന്താ ഇത് വീട്ടിൽ വന്നവരോട് ഇതാണോ വേണ്ടത്? ജ്യോതിയ്ക്ക് ശ്യാമിനോട് കൂടുതൽ മമത തോന്നി.

കേവലം ഒരു കോളേജ് വിദ്യാർത്ഥിയായി മാത്രം ഈ കുട്ടിയെ കാണാൻ കഴിയില്ല എന്ന് ജ്യോതി സ്വയം പറഞ്ഞു. എന്ത് കാര്യവും പങ്കുവയ്ക്കാൻ മനഃസാന്നിദ്ധ്യം ഉള്ള വ്യക്തി. ചൂടുപിടിച്ച സംസാരത്തിനിടയിൽ ശ്യാമിനും ജ്യോതിയ്ക്കും ഇടയിൽ നിന്ന ആര്യ തളർന്ന് വീഴാൻ തുടങ്ങിയപ്പോൾ ജ്യോതി ആന്റി ആര്യയെ താങ്ങി. ജ്യോതിയുടെ ചുമലിൽ ആര്യയെ ചേർത്ത് പിടിച്ചു.അപ്പോഴേയ്ക്കും അടുക്കളയിൽ പാത്രം കഴുകി കൊണ്ടു നിന്ന സരളയും ഓടിയെത്തി. ആര്യയെ അകത്ത് കൊണ്ട് പോയി കിടത്തി. ജ്യോതി നേഴ്സായത് കൊണ്ട് പരിഭ്രമിക്കാതെ ആര്യയ്ക്ക് വേണ്ടത് ചെയ്തു. ശ്യാമിന്റെ മുഖത്ത് പരിഭ്രാന്തി നിഴലിച്ച് കാണാം. അല്പസമയത്തിനുള്ളിൽ ആര്യയ്ക്ക് ബോധം വന്നു. അപ്പോഴേയ്ക്കും സേതുമാമയും അവിടെ എത്തി. ആര്യയ്ക്ക് വെള്ളവുമായി എത്തിയ സരള സാരിയുടെ ഒരുതല അരയിൽ കുത്തിക്കൊണ്ട് പറഞ്ഞു. 'ഞാൻ അന്നേ പറഞ്ഞതാണ് ശേഖരൻ മന്ത്രവാദിയെക്കൊണ്ടു വന്ന് പൂജകഴിപ്പിക്കണമെന്ന്. ആ കുട്ടിയുടെ അരയിൽ ഒരു ഉറുക്കു കെട്ടിയാൽ എല്ലാം തീരുമെന്ന് എനിക്ക് അറിയാമായിരുന്നു.' ഇതുകേട്ട സേതു സരളയുടെ നേർക്ക് നോക്കി പറഞ്ഞു. 'പോകുന്നുണ്ടോ സരളേ ഇവിടുന്ന്. പ്രേതം അല്ല പിന്നെ.... നീ നിന്നെ ഏല്പിച്ച പണി ഭംഗിയായി ചെയ്യ്...'

സരള ഒന്നും മിണ്ടാതെ അകത്ത് പോയി. സേതുമാമ ആര്യയോട് പറഞ്ഞു, 'കുറച്ച് ഉറങ്ങ് എന്നിട്ടാവാം എല്ലാം.' അപ്പോൾ ആര്യ ചോദി

ച്ചു ശ്യാം പോകയാണോ? ഇല്ല നീ വിശ്രമിക്ക്.' ശ്യാം തറവാട്ടിന് താഴെയുള്ള പ്രകൃതി നിർമ്മിതമായ ശാലീന സൗന്ദര്യം മുന്നിട്ട നിൽക്കുന്ന തൊടിയിലേക്ക് പോയി. ഇവിടെ നിന്നാൽ ഏതൊരാളും ചിന്തിച്ച് പോകും. പിന്നെയല്ലെ ആര്യ!മഴക്കാലത്ത് രാത്രിയിലെ അന്ധകാരം മാറ്റാൻ മെഴുകുതിരി വെട്ടം തിരയും പോലെ ശ്യാം മൊബൈലിൽ ഏതോ നമ്പർ തിരഞ്ഞു കണ്ടുപിടിച്ചു. ദീർഘനേരം നീണ്ട സംഭാഷണത്തിനുശേഷം തറവാട്ടിലേക്ക് വന്നു.

ജ്യോതി ആന്റിയേയും സേതുമാമയേയും വിളിച്ച് എന്തോ പറഞ്ഞു. സേതുമാമയും ജ്യോതിയാന്റിയും സമ്മതമെന്ന് പറഞ്ഞു. ആര്യയുടെ അടുത്ത് ചെന്ന് ശ്യാം പറഞ്ഞു. 'ആര്യേ നിന്നോട് ഒരാൾക്ക് സംസാരിക്കണം എന്ന് പറയുന്നു ഇഷ്ടമെങ്കിൽ നീ സംസാരിക്കുക പക്ഷെ അദ്ദേഹം പറയുന്നത് മുഴുവൻ നീ കേൾക്കണം.' ആര്യ സമ്മതിച്ചു. ഫോൺ ഡയൽ ചെയ്ത് ആര്യയ്ക്ക് കൊടുത്തു. 'ഹലോ' മറുവശത്ത് നിന്ന് നല്ല പൗരുഷമുള്ള ശബ്ദം. 'ആരാ?' 'ഞാൻ ആര്യ ശ്യാമിന്റെ കൂട്ടുകാരി.' 'ആര്യേ ഞാൻ ശ്യാമിന്റെ അങ്കിൾ. അതിലുപരി വിനയചന്ദ്രന്റെ സുഹൃത്ത് ഇനി പറ മോളുടെ വിശേഷങ്ങൾ. അച്ഛനെ മോള് കാണാറുണ്ട് എന്നല്ലെ മോള് പറയുന്നത്. അച്ഛൻ ജീവിച്ചിരിപ്പുണ്ട് അല്ലെ?' അതെ എന്ന മറുപടി മാത്രമായിരുന്നു ആര്യ കൊടുത്തത്.

പിന്നീടുള്ള സംസാരം ആര്യയ്ക്ക് വളരെയധികം അടുപ്പം തോന്നുന്ന രീതിയിലായിരുന്നു. അച്ഛനെ പോലെ സേതുമാമയെ പോലെ ആര്യയ്ക്ക് തോന്നി. 'മോളുടെ അച്ഛന്റെ ഐഡി വച്ച് ആരോ മോളെ ബ്ലാക്ക് മെയിൽ ചെയ്യുന്നതാണ്. ഒരിക്കലും ഒരു സൈനിക ഉദ്യോഗസ്ഥന്റെ മരണം സ്ഥിരീകരിക്കാതെ ബോഡി കൈമാറില്ല. അന്ന് ആ നെഞ്ചു പൊട്ടുന്ന വേദനയിൽ മോളുടെ അമ്മ അത് വിനയേട്ടനല്ല എന്നു പറഞ്ഞ് കരഞ്ഞത് ഞാനും കേട്ടതാണ് മോളെ! മോളെ അത് ശാലിയുടെ നൊമ്പരത്തിൽ നിന്ന് വന്ന വാക്ക് മാത്രമാണ് അല്ലാതെ മറ്റൊന്നുമല്ല. വിനയൻ മരിച്ചു അത് സത്യമാണ്.

നിന്റെയും അമ്മയുടെയം മനസ്സറിയുന്ന ആരോ ചെയ്ത പണിയാണിത്. ഈ കോവിഡ് കാലം നിന്നെ പോലെ ഒരുപാട് പേരെ വഴി തിരിച്ചു വിട്ടിട്ടുണ്ട്. ഞാൻ ഇപ്പോൾ കൽക്കട്ടയിലാണ് ഉള്ളത് ഒരു സൈക്യാട്രിസ്റ്റായി നീ എന്നെ കാണണ്ട.' ഇത്രയും കേട്ടപ്പോൾ തന്നെ ആര്യ ആകെ മാറി. ജ്യോതി ആന്റിയേയും സേതുമാമയേയും കെട്ടിപ്പിടിച്ച് പറഞ്ഞു സോറി; എന്റെ അച്ഛൻ പറഞ്ഞപോലെ ഞാൻ ജവാന്റെ മോളാണ്.

എന്നിട്ട് ശ്യാമിനോട് പറഞ്ഞു കേട്ടോ ശ്യാം എനിക്ക് ധൈര്യമുണ്ട് ഞാൻ ജവാന്റെ മകളാണ്. ജ്യോതി ശ്യാമിന്റെ അടുത്ത് ചെന്ന് പറഞ്ഞു മോനെ നിന്നോട് എത്ര നന്ദി പറഞ്ഞാലും മതി വരില്ല...

ശ്യാം ഒരു നല്ല കൂട്ടുകാരനായി തുടരുന്നു...

♦

ആമ്പൽ

താമസസ്ഥലത്തെത്തുമ്പോഴെക്കും രാത്രി രണ്ടു മണി കഴിഞ്ഞിരുന്നു. ജോലി ഭാരം കൊണ്ട് ക്ഷീണം പിടിച്ച് ഉറക്കം തികയാത്ത തൊഴിലാളിയുടെ കണ്ണുപോലുള്ള സ്ട്രീറ്റ് ലൈറ്റിന്റെ പ്രകാശം. അതിനിടയിലൂടെ അപരിചിതനെപോലെ മെല്ലെ വരുന്ന ടാക്സി കാർ പോക്കറ്റ് റോഡിലൂടെ മുന്നോട്ട് നീങ്ങിയത് വളരെ പ്രയാസപ്പെട്ടായിരുന്നു. "ഈ റോഡ് വളരെ മോശാണല്ലേ."ഡ്രൈവർ ബാക്ക് സീറ്റിലിരിക്കുന്നവരോടായി പറഞ്ഞു ആരും പ്രതികരിച്ചില്ല. ഡ്രൈവർ ആവർത്തിച്ചു. നന്ദിനി സ്വരം താഴ്ത്തി പറഞ്ഞു. ശരിയാ "റോഡ് മോശന്നെ" സാരല്യ എങ്ങനെങ്കിലും കൊണ്ടോട്. ഡ്രൈവർ വണ്ടി പണിപ്പെട്ട് മുന്നോട്ടെടുത്തു.

കാറിന്റെ ഡിക്കിയിലിരുന്ന് പാത്രങ്ങൾ അടിപിടി കൂടുന്ന ശബ്ദം കേൾക്കാം. ഏറ്റവും മേലെ വച്ച ചായ പാത്രത്തിനെ എല്ലാവരും കൂടി തള്ളിയിട്ടു. അത് സീറ്റിലിരുന്ന യശോദേട്ടത്തിയുടെ തലയിൽ ഒരു ഇടി കൊടുത്തു. യശോദേടത്തി പാതി ഉറക്കത്തിലായിരുന്നു. "ഇയ്യോ.." എന്നും പറഞ്ഞ് യശോദേട്ടത്തി ചാടി എഴുന്നേറ്റു. അപ്പോഴെക്കും വീട്ടുമുറ്റത്ത് എത്തിയിരുന്നു.

ആരെയോ പ്രതീക്ഷിച്ചിരിക്കുന്ന യുവതിയെ പോലെ വീട്ടിന്റെ വരാന്തയിൽ ഒരു ലൈറ്റ് കത്തുന്നുണ്ടായിരുന്നു. ഡ്രൈവർ കാറിൽ നിന്നിറങ്ങുന്നതിനിടയിൽ ചോദിച്ചു. 'അപ്പോ നിങ്ങളിതിനു മുമ്പ് ഈ വീട് കണ്ടില്ലേ?' യശോദേട്ടത്തി കേറി പറഞ്ഞു, 'ഏയ് ഏട്ന്ന് കാണാൻ നമ്മ കണ്ടിറ്റൊന്നുല്ല' ഇത് ദീവാരേട്ടൻ ആക്കി കൊടുത്തതല്ലേ? 'യശോദേട്ടത്തിയുടെ വാക്കുകൾ തിരുത്തിക്കൊണ്ട് നന്ദിനി പറഞ്ഞു കണ്ട്ന് അന്നേ കണ്ട്ന്. കണ്ടിഷ്ടപ്പെട്ടെന്യ വന്ന്ന്.' 'അതൊണ്ടന്നെ ഇതന്നെ വേണന്ന് വാശി പിടിച്ചത്' നന്ദിനി തുടർന്നു. 'പണ്ടൊരിക്കൽ അച്ചാച്ചൻ ഈ വീടിന്റെ ചിത്രം എനക്ക് തന്ന്ന്. അന്ന് ഞാൻ നാലിലോ അഞ്ചിലോ പഠിക്കുന്ന സമയം. ഒരു ദിവസം സന്ധ്യ നേരത്ത്, പൂമോത്തിന്റെ പടീലിരുത്തീറ്റാന്ന് എനക്ക് ഈ വീടിനെ കുറിച്ച് പറഞ്ഞു തന്നത്. അന്ന് മിറ്റത്തു നറച്ചും മഞ്ഞ നെറോള്ള കോളാമ്പി പൂക്കളെ കൊണ്ട് നെറഞ്ഞിട്ടുണ്ടായിരുന്നു. നേരിയ ഇലകൾക്കിടയിലൂടെ കുല കുലയാ

യി നിൽക്കുന്ന കോളാമ്പി പൂക്കൾ എത്തിനോക്കുന്നത് നന്ദിനിയുടെ കൺമുന്നിൽ കാണുന്നതുപോലെ അവൾ വർണ്ണിച്ചു. ഡ്രൈവർ കാർ തിരിക്കുന്നതിനിടയിൽ പറഞ്ഞു. 'ഓ എനക്കീ വീടിനെ പറ്റി പ്രത്യേകിച്ചൊന്നും തോന്നിറ്റ്ല്ല. എന്തെന്ന് അത്ര വെല്യ പ്രത്യേകത; സാധാരണ വീട്, അത്രേ തോന്നിറ്റു. നന്ദിനി പറഞ്ഞു, 'പ്രത്യേകത വീട്ടിനല്ല. അതു വാങ്ങുന്നവരുടെ മനസ്സിനാണ്. എന്ത് പ്രത്യേകതയും നമ്മളെ മനസ്സിന്റെയാന്ന് അല്ലാണ്ട് വസ്തുന്റെയല്ല.' അതു ശരിയാണെന്ന് ഡ്രൈവറും സമ്മതിച്ചു.

പാത്രങ്ങളും സാധനങ്ങളും കാറിൽ നിന്ന് ഇറക്കി വച്ച ശേഷം നന്ദിനി ഒരു നമ്പറിലേക്കു വിളിച്ചു. നിമിഷ നേരം കൊണ്ട് ഒരാൾ ടോർച്ചുമായി എത്തി. രാത്രിയുടെ കൂരിരുട്ടിൽ ദൂരെ നിന്നും നടന്നു വരുന്ന അദ്ദേഹത്തിന്റെ കറുത്തുമെലിഞ്ഞ ശരീരത്തെ തിരിച്ചറിയാൻ കഴിഞ്ഞില്ല. ടോർച്ചു ലൈറ്റിന്റെ പ്രകാശത്തിൽ ഒരു നിഴൽ പോലെ അയാൾ ലൈറ്റിന്റെ പ്രകാശത്തിലേക്കെത്തി. അദ്ദേഹം ഒരു താക്കോൽ കൂട്ടം എടുത്ത് നന്ദിനിക്കു നേരെ നീട്ടി. "വെള്ളി പല്ല് കാട്ടി ചിരിക്കുന്ന താക്കോൽ കൂട്ടം കിലുകിലെ ചിരിച്ചു. അത് നന്ദിനിയുടെ ഉള്ളം കൈയിൽ കിടന്ന് നൃത്ത ചുവട് വച്ചു. അദ്ദേഹം സ്വയം പരിചയപ്പെടുത്തി. "ഞാൻ കേശവക്കുറുപ്പ്, ചൂണ്ടുവിരൽ വീടിനു നേരെ ചൂണ്ടിക്കൊണ്ടു പറഞ്ഞു. 'ഇത് എന്റെ മുതലാളിയുടെ വീടാണ്' കുറെ വർഷങ്ങളായി ആൾ താമസമില്ലായിരുന്നു. ഇപ്പോൾ അവർ മക്കളോടൊപ്പം വിദേശത്താണ് വല്ലപ്പോഴും നാട്ടിൽ വന്നാൽ താമസിക്കാറുണ്ടായിരുന്നു. ഇപ്പോൾ അതുമില്ല. അവർക്കു തൃശ്ശൂരിൽ ഒരു പുതിയ ഫ്ളാറ്റുണ്ട്. ഇത് എന്നെ ഏല്പിച്ചിട്ടാണ് പോയത്. പുറം പണിയൊക്കെ എടുപ്പിക്കുന്നത് ഞാനാണ്. മുമ്പൊക്കെ ഞാറാഴ്ചയിൽ ഒന്നു വന്ന് തൂത്ത് വൃത്തിയാക്കുമായിരുന്നു. ഇപ്പോൾ എനിക്കും തീരെ വയ്യ. എന്നാലും എന്നെക്കൊണ്ട് കഴിയുന്ന പോലെ ചെയ്യാറുണ്ട്. വാടകയ്ക്ക് കൊടുക്കുന്നില്ല എന്ന് മുതലാളിക്ക് ഒരേ നിർബന്ധം. ദിവാകരൻ മാഷ് കഴിഞ്ഞാഴ്ച എന്നെ വിളിച്ചു പറഞ്ഞു. 'എന്റെ ഒരു കുട്ടിയുണ്ട്. അവൾ ആ വീട് ശരിയാക്കി കൊടുക്കണം കുറുപ്പേന്ന്.' പിന്നെ തിരിച്ചൊന്നും പറയാൻ എനിക്കു ശേഷിയില്ലായിരുന്നു അത്രയും പ്രിയമാണെനിക്കും മാഷിനെ. അതു വേറെ കഥ. പിന്നെ പറയാം. ഇപ്പോൾ സമയം ഏറെ വൈകിയില്ലേ കുട്ടി... നന്ദിനി ഒന്നു മൂളി. ഏതോ പുതിയ അദ്ധ്യായത്തിന്റെ തുടർച്ച പോലെ.

കുറുപ്പമ്മാവന്റെ വീട് ഇവിടെ അടുത്തല്ലേ? നന്ദിനി കുറുപ്പിനോട് ചോദിച്ചു. അതേ അദ്ദേഹം മറുപടി പറഞ്ഞു. എന്തെങ്കിലും ആവശ്യ

മുണ്ടെങ്കിൽ ഇപ്പോൾ വിളിച്ച നമ്പറിൽ ഒന്നു തൊട്ടാൽ മതി. ഞാനിവിടെ എത്തും. വളരെ സ്നേഹത്തോടെയും വിനയത്തോടെയുമുള്ള ആ മറുപടി നന്ദിനിയുടെ മനസ്സിനെ സ്നേഹത്താൽ ആർദ്രമാക്കി. പോകാനൊരുങ്ങുമ്പോൾ അദ്ദേഹം പറഞ്ഞു. 'നല്ല ഐശ്വര്യമുള്ള വീടാണ് കുട്ടി.... ഈ വീട്ടിൽ നിന്നല്ലേ മുതലാളിക്ക് എല്ലാ ഐശ്വര്യവും കൈവന്നത്. അതുകൊണ്ടു തന്നെ അദ്ദേഹം ഇത് വില്ക്കാൻ മടിക്കുന്നതും എല്ലാം ഒരു നിയോഗം.' നടക്കുന്നതിടെ കേശവകുറുപ്പ് മന്ത്രിച്ചു.

കുറുപ്പു പോയ ശേഷം നന്ദിനി വീടിന്റെ തെക്കുവശത്തേക്കു പോയി. എന്തോ തിരയുന്നുണ്ടായിരുന്നു. വീടിനു മുന്നിലുള്ള ഭംഗിയുള്ള പൂന്തോട്ടം, അതും ഭൂമിയിൽ വേരൂന്നി നിൽക്കുന്ന റോസ്സ് ചെടികളും നന്ത്യാർവട്ടത്തിന്റെ വെൺപൊട്ടുപോലുള്ള പൂക്കളും അതിനു സിന്ദൂരം ചാർത്തുന്നപോലുള്ള ചുവന്ന സീന പൂക്കളും ഇടയിൽ താങ്ങായി പൂത്തു നിൽക്കുന്ന പൂമരവും രാത്രിയുടെ അരണ്ട വെളിച്ചത്തിൽ പോലും അവിടങ്ങളിൽ അനുഭൂതി നിറച്ചു.

ചിരിക്കുന്ന താക്കോൽ കൂട്ടത്തിൽ ഒന്നെടുത്തു നന്ദിനി വാതിൽ തുറന്നു.പണ്ടെങ്ങോ ജീവിച്ചിരുന്ന കൊട്ടാരവാതിൽ പണിത മരാശാരിയുടെ കൊത്തുപണി പോലുള്ള ചിത്രങ്ങൾ കൊത്തിവച്ച വാതിൽ പാളികൾ കുറേക്കാലമായി ആൾതാമസം ഇല്ലാത്തതുകൊണ്ട് വാതിൽ തുറന്നപ്പോൾ തന്നെ ശൂന്യതയുടെ ഒരു മണം കുറച്ചൊക്കെ വൃത്തിയാക്കിയിട്ട് ഉണ്ടെങ്കിലും പൊടിയും വണ്ണാമ്പിലയും അവിടവിടെ കാണാം. ബാഗും സാധനങ്ങളും ഒതുക്കി ഒരിടത്തു വച്ച ശേഷം നന്ദിനി ഡ്രൈവറോട് ചോദിച്ചു. നിങ്ങൾ ഇന്ന് പോന്നുണ്ടാ? നാളെ രാവിലെ പോയാ പോരെ? ഇപ്പോ ഈ അസമയത്ത് പോണാ? ഡ്രൈവർ മറുപടി പറഞ്ഞു. എന്തുസമയം ഞങ്ങൾ ഡ്രൈവർമാർക്ക്? അസമയം ഒന്നും ഇല്ല. ഏതെല്ലാം കാട്ടിലെ പോന്നവര് നമ്മ, ഞാൻ പൊയ്ക്കോളാം. എനക്ക് നാട്ടിലെത്തിയിറ്റ് ഒരുപാട് പണിയുണ്ട്. പറയുന്നതിനിടയിൽ അയാളുടെ ഒരു കൈ ഷർട്ടിന്റെ പോക്കറ്റിനെ തലോടിക്കൊണ്ടിരുന്നു. ഡ്രൈവർ വീടിനുള്ളിൽ ആകെ ഒന്നു നോക്കിയിട്ട് പറഞ്ഞു. കൊഴുപ്പുല്ലാട്ട നല്ല വീടെന്നെ. നന്ദിനി ചിരിച്ചുകൊണ്ട് പറഞ്ഞു. എനക്കറിയാമായിരുന്നു. യാത്രാക്കൂലിയും കൊടുത്തയാളെ നാട്ടിലേക്ക് തിരിച്ചയച്ചു.

ശാന്തത നിറഞ്ഞാടുന്ന ഗ്രാമാന്തരീക്ഷം വീടിനു ചുറ്റും മരങ്ങൾ പിടിപ്പിച്ചുകൊണ്ട്. വീട്ടിൽ നിന്ന് നേരെ നോക്കിയാൽ ഒരു ചെറിയ കാവ് കാണാം. ഭഗവതിക്കാവ് ആണെന്നാണ് തോന്നുന്നത്. പൂരം കഴിഞ്ഞിട്ട് ആണത്രേ അവിടുത്തെ ഉത്സവം. തെക്കുഭാഗത്ത് മതിൽ കെട്ടിനപ്പുറ

ത്ത് ഒരു വലിയ വീട് കാണുന്നു. വലിയ കോവിലകം പോലുള്ള വീട് നന്ദിനി യശോദേട്ടത്തിയെ വിളിച്ചു 'യശോദേട്ടത്തി....' ആ വിളിയിൽ തന്നെ പ്രത്യേകതകൾ.

യശോദേട്ടത്തി 'എന്താ മോളെ എന്തിനാണ് ഇങ്ങനെ വിളിക്കുന്നത്. എന്ത് പ്രിയപ്പെട്ടതാണ് നിനിക്ക് കിട്ടിയത്?' നന്ദിനി യശോദേട്ടത്തിയോട് ഉച്ചത്തിൽ പറഞ്ഞു. 'ഇതാ ഈ വീടാന്ന് അച്ചാച്ചൻ പറഞ്ഞത്.' നന്ദിനിയുടെ മുഖത്തെ വർണ്ണ ശോഭയും തുടുപ്പും കണ്ട് യശോദേട്ടത്തി പകച്ചു നിന്നുപോയി. അവർ ചോദിച്ചു. 'ഇത്ര പ്രിയപ്പെട്ടതാ നിനക്കാ വീട്? എന്റീശ്വരാ! ഇതുവരെ നിന്റെ മോത്ത് ഇത്ര സന്തോഷം കണ്ടിട്ടില്ല. ഇപ്പൊ നീ പുറത്തു നിൽക്കണ്ട അകത്തേക്ക് വാ നന്ദിനി.' യശോദേട്ടത്തി നന്ദിനിയെ അകത്തേക്ക് വിളിച്ചു. അകത്ത് കയറിയ നന്ദിനി പറഞ്ഞു. 'ഏട്ടത്തി ഇനി എല്ലാം നാളെ നേരം വെളുത്തിറ്റ്. പാല് കാച്ചിറ്റ് വേണം നമുക്ക് ചോറും കറിയെല്ലാം വെക്കാൻ.' യശോദേട്ടത്തി ജിജ്ഞാസയോടെ ചോദിച്ചു. 'അപ്പോ നീ ഈട സ്ഥിര താമസത്തിനന്യാ വന്നത്? ഒരു കൊല്ലത്തേക്കാന്ന് പറഞ്ഞിറ്റ്' യശോദേട്ടത്തിയുടെ മുഖത്തേക്ക് നോക്കി നന്ദിനി ചോദിച്ചു. 'അയിനെന്താ കൊയപ്പം എത്ര കൊല്ലം നിന്നാലും ഏത് വീട്ടില് നിന്നാലും നമ്മള് താമസിക്കുന്നതു വരെ നമ്മളതല്ലേ? അത് ശുഭമായി തുടങ്ങുന്നതല്ലേ നല്ലത്?'

യശോദേട്ടത്തിയുടെ കൺപോളകൾ ഇടയ്ക്ക് അറിയാതെ അടയുന്നുണ്ടായിരുന്നു. നന്ദിനി യശോദേട്ടത്തിയോടു പറഞ്ഞു ഏട്ടത്തി പോയി കിടന്നോ രാവിലെ എല്ലാം തുടങ്ങാം. എന്റെ ബാഗ് മോളിലെ തെക്കെ അവത്ത് വച്ചാ മതി. ഞാൻ ആ അവത്താണ് കിടക്കുന്നത്. ഗോവണിപ്പടി കയറുന്നതിനിടയിൽ യശോദേട്ടത്തി പറഞ്ഞു. എന്തിനാണ് ആ അവത്ത് സാധനങ്ങൾ വെക്കുന്നത് നിനക്ക് നല്ലത് കേക്കെ അവല്ലേ?' നന്ദിനി ഉറച്ചു പറഞ്ഞു വേണ്ട യശോദേട്ടത്തി പറഞ്ഞത് കേൾക്ക്. എനക്ക് തെക്കെ അവം മതി. സാധനങ്ങൾ തെക്കെ അവത്ത് വെച്ച് യശോദേട്ടത്തി ഉറങ്ങിക്കോ എന്നും പറഞ്ഞ് നന്ദിനി ജോലി തുടർന്നു. നന്ദിനിയുടെ നല്ല മനസ്സ് കണ്ട യശോദേട്ടത്തിക്കു ഉറങ്ങാൻ തോന്നിയില്ല. വേണ്ട കുഞ്ഞി ഞാമ്പിന്ന എന്ത്ന് നിന്റെ ഒപ്പരം വന്നിന്? നന്ദിനിക്കൊപ്പം യശോദേട്ടത്തിയും ജോലി ചെയ്തു തുടങ്ങി. എല്ലാ തീരുമ്പോഴേക്കും. പള്ളിയിൽ നിന്നും ബാങ്ക് വിളിയും കേൾക്കാം. കുളിച്ച് വന്ന് പാലുകാച്ചിയശേഷം രണ്ടു പേരും ചായ കുടിച്ചു. 'നിനക്ക് നിന്റെ ജോലി സ്ഥലമെല്ലാം കണ്ടുപിടിക്കണ്ടെ? അതു മിതും നോക്കി സമയം കളയണ്ട. നീ പോയി അതെല്ലാം ശരിയാക്ക്. നന്ദിനി യശോദേട്ടത്തിയു

ടെ ശാസന രൂപത്തിലുള്ള ഉപദേശം ശിരസ്സാവഹിച്ച പോലെ കണ്ണിലും ചുണ്ടിലും സ്നേഹം നിറച്ച് ഒന്നു മൂളി. യശോദേട്ടത്തിയുടെ കൈ വെള്ളയിൽ പിടിച്ച് ഒരമ്മയോടെന്നപോലെ.

'വന്ന സമയം മുതൽ ഞാൻ ശ്രദ്ധിച്ചു നീ എന്താന്ന് ഇങ്ങനെ ചുറ്റും പരതുന്ന്?' യശോദേട്ടത്തിയുടെ സംശയം നിറഞ്ഞ ആ ചോദ്യത്തിന് നന്ദിനി മറുപടി പറഞ്ഞത് ഇങ്ങനെയായിരുന്നു. 'അത് യശോദേട്ടത്തിന്റെ ബാഗ്.' വിഷയം മാറ്റാൻ ശ്രമിക്കയായിരുന്നു എന്ന് യശോദേട്ടത്തിക്കു ശരിക്കും മനസ്സിലായി. മുകളിലേക്കു പോയ നന്ദിനി മുറിയിൽ കയറി വാതിലടച്ചു. പുറത്തേക്കുള്ള ജനൽ തുറന്നു. നല്ല കാറ്റുണ്ടായിരുന്നു. എങ്കിലും വെയിലിന്റെ ചൂട് കാറ്റിനെ മന്ദീഭവിപ്പിച്ചു. അടുത്തുള്ള ചൂരൽ കസേരയിലിരുന്നു അവൾ പുറത്തേക്കു നോക്കി.

ജനാലക്കരികിലിരുന്നാൽ കൈയെത്തും ദൂരം പോലെയാണോ വീട്. അതും ഇതുപോലെ ഇരുനില വീടാണ്. അച്ചാച്ചൻ പറഞ്ഞ ആ ആമ്പൽ കുളമുള്ള വീട്. അവളുടെ നാസാരന്ധ്രങ്ങളിൽ ആ ആമ്പലിന്റെ മണം ലഹരിയായി വന്നു. അവിടെക്ക് പോകാനുള്ള ത്വര കൂടി കൂടി വന്നു. അവളെ ആ യുവതിയെ ഒന്നു കാണണം. മനസ്സ് മന്ത്രിച്ചു കൊണ്ടെയിരുന്നു. ആ ഡയറി മുഴുവൻ വായിക്കണം. നന്ദിനിയുടെ മനസ്സ് ഓളങ്ങളുള്ള കല്ലടയാറ് പോലെ അലയടിച്ചു. ക്ലോക്കിലെ സൂചി അതിവേഗം ഓടിക്കൊണ്ടിരുന്നു. അങ്ങനെയൊരു ശനിയാഴ്ച ദിവസം....

യശോദേട്ടത്തി എന്തിനാണ് ആ വീട്ടിന്ന് എപ്പോം ബഹളം? അവര് എന്തിനാണ് ആ പെണ്ണിനെ ഇങ്ങനെ നിർബന്ധിക്കുന്നത്? ആ പെണ്ണ് നിസ്സംഗതയോടെ പറയുന്നുണ്ട്. ഇത് എനിക്ക് എന്റെ ഓഹരി കിട്ടിയതല്ലേ? ഇത് എന്റേതല്ലേ? എന്തിനാണ് ഈ കുളം എന്നിൽ നിന്നും അടർത്തിമാറ്റുന്നത്? ഇതിലെ ആമ്പലിനെ നശിപ്പിക്കണമെന്നെന്തിനാണ് വാശി പിടിക്കുന്നത്? ഈ കുളം മൂടാൻ ഞാൻ സമ്മതിക്കില്ല. ഈ ആമ്പൽ എന്റെ എല്ലാമാണ്. ആരുമില്ലാത്ത എനിക്ക് എന്നും കൂട്ടായത് ആ ആമ്പൽ പൂവാണ്. സങ്കടത്തിലും സന്തോഷത്തിലും അത് എന്റെ ഒപ്പം തന്നെ വേണം. ആ പെണ്ണിന്റെ സങ്കടം കാണുമ്പോൾ കഷ്ടം തോന്നുന്നു. ഓളെ ആരല്ലോ വല്ലാണ്ട് ദ്രോഹിക്കുന്ന പോലെ. ആ പെണ്ണ് ഇടയ്ക്കിടെ വിങ്ങിപ്പൊട്ടി കരയുന്നത് കേൾക്കാം. 'എത്രപേർ തുള്ളിക്കളിച്ച് നീന്താൻ പഠിച്ച കുളമാണിത്. ഒരു കുഞ്ഞുപോലും അതിൽ ഇതുവരെ വീണു മരിച്ചിട്ടുണ്ടോ?' ആ പെണ്ണിന്റെ ചോദ്യം ഇങ്ങനെ. ഏതോ പരുഷമായ പുരുഷ ശബ്ദം അയാൾ പറയുന്നു മൂടണം ഈ കളം മൂടണം. ഒരാഴ്ചക്കുള്ളിൽ ഞാനിതു മൂടും. മിണ്ടിയാൽ നിന്നേയും മൂ

ടും. ചോര ചീന്തിക്കുടിക്കാൻ മടിയില്ലാത്ത ആ പുരുഷ ശബ്ദം ഏത്?

ഇപ്പോൾ രോഗം പടർന്നു പിടിച്ച സമയത്ത് ആളുകൾ ജോലിയില്ലാതെ അലയുമ്പോൾ കൃഷി ചെയ്യാൻ സ്ഥലം വേണം. ഇതു മൂടിയാൽ സ്ഥലം കിട്ടും. നിനക്കു പ്രതിഫലമായി 'പണം' കിട്ടിയാൽ പോരെ അയാൾ ശഠിക്കുന്നു. "പോര" എന്തിനാണിതിന്റെ ആവശ്യം? ദുഷ്ടമനസ്സാണ് നിങ്ങൾക്ക്. ഈ ചുറ്റുമുള്ള സ്ഥലം പോരെ കൃഷി ചെയ്യാൻ. എന്തിനാണ് കൃഷിസ്ഥലംനികത്തി നിങ്ങളെല്ലാം വീടു വെച്ചത്? വയൽ നികത്തി വീട് വെക്കുമ്പോൾ നിങ്ങളൊന്നും ആലോചിട്ടില്ലേ? ജോലി ചെയ്യാൻ മനസ്സുള്ളവർക്ക് ഈ നാട്ടിൽ ജോലിയുണ്ട്. അതിന് പാവപ്പെട്ട ഈ ആമ്പലിനെ ദ്രോഹിക്കേണ്ട ആവശ്യമില്ല. എത്ര കൃഷിക്കാർക്ക് വെള്ളം കൊടുത്ത കുളമാണിത്? ആ പെണ്ണിന്റെ കരച്ചിൽ ആരും ശ്രദ്ധിക്കുന്നില്ല. അതിനിടയിൽ ഇങ്ങനെയും പറയുന്നുണ്ട്. സ്ത്രീകൾ തീണ്ടാർന്നപ്പോഴും, ആളുകൾ മരണപ്പെടുമ്പോഴും, ശേഷക്രിയ ചെയ്യാൻ സ്നാനത്തിനും ഈ കുളത്തെയല്ലേ ആശ്രയിച്ചത്? പിന്നെയും നിർത്താതെ കരയുന്നുണ്ടായിരുന്നു.

മനസ്സിന്റെ സങ്കോചം കാരണം നന്ദിനി മെല്ലെ ആ വീട്ടിന്റെ മതിൽക്കെട്ടിനുള്ളിലേക്ക് പോയി. അവിടെ നിന്ന് ആ "മാന്ത്രിക ആമ്പലിനെ" ഒന്നെത്തി നോക്കി. എന്ത് തിളക്കമാണതിന്. ദേവപുഷ്പം പോലെ ഒരാമ്പൽ പൂവ്. ശരിക്കും ദേവപുഷ്പം. ഗന്ധർവ്വന്റെ കണ്ണ് പോലുള്ള ദളപുടം. നന്ദിനി സ്വയം പറഞ്ഞു. ഈ പെണ്ണിനെ പറഞ്ഞിട്ടെന്തുകാര്യം? ഈയാമ്പലിനെ ആരാന്ന് വിട്ടു കൊടുക്കല്? അത്രല്ലേ അയിന്റെ പ്രഭ? എന്തിനാന്ന് ഈ ആമ്പലിനെ അവർ നശിപ്പിക്കുന്നത്?

'അടുത്ത ദിവസം ആരുമില്ലാത്ത നേരത്ത് ആ വീട്ടിലേക്കു പോയി. ആ വീട്ടിനു മുമ്പിൽ നിറയെ കായ്ച്ചു നിൽക്കുന്ന ഞാവൽ മരമുണ്ട്. ഞാവൽ പഴം വീണു കിടക്കുന്നതു കണ്ടാൽ വൈലറ്റ് ഡിസൈനുള്ള പട്ടുവസ്ത്രം വിരിച്ച പോലെ തോന്നും. തന്റെ നെറ്റിയിൽ തട്ടിയ ഞാവൽ പഴത്തിലൊന്നു പറച്ചെടുത്ത് കടിച്ചപ്പോൾ നീല വർണ്ണത്തിൽ ചാലിച്ച ഏതോ സ്മരണ നാക്കിലൂറിയ പോലെ തോന്നി നന്ദിനി കതകിൽ തട്ടി വിളിച്ചു. ആരുല്ലേടാ? അകത്തു നിന്നും ഒരു യുവതി പുറത്തേക്കു വന്നു. അവൾ സുന്ദരിയാണ്. ഇരു കളറാണ്. അവളുടെ മുഖത്ത് നല്ല വശ്യതയുണ്ട്. അവൾ ആളുകളിൽ നിന്ന് അകന്നു നിൽക്കാൻ ആഗ്രഹിക്കുന്നതുപോലെ ആരാണ്? എന്താണ് വേണ്ടത്? ചോദ്യങ്ങൾ ശരങ്ങൾ പോലെ വർഷിക്കുന്നു. അവൾക്ക് മറുപടി കേൾക്കാൻ താൽപര്യമില്ലാന്നു തോന്നുന്നു. നന്ദിനി പറഞ്ഞു ഞാൻ നന്ദിനി. അടുത്ത വീട്ടി

ലെ പുതിയ താമസക്കാരി. എനിക്ക് ആ കുളത്തിലുള്ള ആമ്പലിനെ കുറിച്ച് അറിയണമെന്നുണ്ട്. യുവതി ചോദിച്ചു എന്നിട്ട്? അതിനു വില പറയാനാണോ? ഒരിക്കലുമല്ല നിങ്ങളെന്തിനാണ് ഈ ആമ്പലിനെ ഇത്രയും ഇഷ്ടപ്പെടുന്നത്. ഗൗരവത്തോടെ ചോദിച്ചു.നിങ്ങൾ ഒരാളെ ഇഷ്ടപ്പെടുമ്പോൾ അതെന്തുകൊണ്ടാണെന്ന് നിങ്ങളോടു ചോദിച്ചാൽ? അതു തന്നെയാണിവിടെയും. എനിക്ക് എന്ത് അപകടം പിണഞ്ഞാലും ആമ്പൽ അതു കാട്ടിത്തരും. അത് എന്റെ ജീവനാണ്. അത് ഒരു സാധാരണ ആമ്പലല്ല. എന്റെ ആമ്പൽ പല വർണ്ണങ്ങളിൽ തെളിയും. രാത്രിയും പകലും ഒരു പോലെ വിടർന്നു നിൽക്കും.നന്ദിനിയുടെ ചോദ്യം വീണ്ടും തുടർന്നു. നിങ്ങൾ ആമ്പലിനെ തൊട്ടിട്ടുണ്ടോ? ഇല്ല. വെള്ളത്തിൽ കിടക്കുന്ന അതിനെ നീന്താൻ അറിയാത്ത ഞാൻ എങ്ങനെ തൊടും സഹോദരി? എത്ര ദൂരെ ഇരുന്നാലും ആമ്പലിനും എനിക്കും തമ്മിലുള്ള അടുപ്പം ദിവ്യത നിറഞ്ഞതാണ്. അതുകൊണ്ട് അത് നശിപ്പിക്കാൻ ആരെയും അനുവദിക്കില്ല.

അവൾ നന്ദിനിയെ അകത്തേക്കു ക്ഷണിച്ചു. എന്നിട്ട് പറഞ്ഞു. ഇതാ എന്റെ ആമ്പലിനെ പറ്റി ഇനിയും അറിയണമെന്നുണ്ടെങ്കിൽ ഈ ഡയറി എടുത്തു കൊള്ളൂ. ഇതിലെല്ലാമുണ്ട്. അവൾ ഒരു നീല ഡയറി നന്ദിനിയുടെ കൈയിൽ കൊടുത്തു. അതിൽ നിറയെ ആമ്പലിനെക്കുറിച്ച് വർണ്ണിച്ചിരിക്കുന്നു, പലതരത്തിലുള്ള ആമ്പലിന്റെ ഭാവചിത്രങ്ങളും.

ഡയറിയുമായി നന്ദിനി വീട്ടിലേക്കു മടങ്ങി. അന്നു രാത്രി നല്ല നിലാവുണ്ടായിരുന്നു. അർദ്ധരാത്രിയോടടുക്കുമ്പോൾ ഒരലർച്ച കേട്ടു. ശേഷം പരുഷമായ പുരുഷ ശബ്ദത്തിൽ ഇപ്പോൾ തന്നെ കുളം കൈമാറണം. ഈ രാത്രി തന്നെ പണി തുടങ്ങും. മറ്റെല്ലാം രാവിലെ ചെയ്തു തീർക്കണം. ഇന്നു രാത്രി കുളത്തിലെ വെള്ളമെല്ലാം അടിച്ചു വറ്റിക്കണം. ഇതുകേട്ട യുവതി ആർത്തു കരഞ്ഞു.“ എന്റെ ആമ്പലിനെ നശിപ്പിക്കരുതെ! ആമ്പൽ കുളം മൂടരുതേ! ആരും അവളെ ശ്രദ്ധിച്ചതേയില്ല. രാത്രി കഴിയുമ്പോഴേക്കും കുളം പകുതിയും വറ്റിച്ചു. നേരം പുലർന്ന് ജനാല വഴി പുറത്തേക്കു നോക്കുമ്പോൾ തെളിർമയില്ലാത്ത പകലിന്നടിയിൽ വെള്ളിക്കൊലുസിട്ട രണ്ടു പാദങ്ങൾ തൂങ്ങി നിൽക്കുന്നതായി കണ്ടു. ആ മാന്ത്രിക ആമ്പലിനൊപ്പം അവളും പോയിരിക്കുന്നു. രണ്ടും രണ്ടും വഴിയിലൂടെ ഒരിടത്തേക്കു പോയി.

നന്ദിനി ആർത്തു വിളിച്ചു കരഞ്ഞു. അയ്യോ....... കഷ്ടം.... കഷ്ടം ആ നീല ഡയറി കൈയിൽ നിന്നും താഴെ വീണു. മുകളിൽ നിന്നും അലർച്ച കേട്ട് യശോദേട്ടത്തി തട്ടി വിളിച്ചു.

'ഏയ് നീ എന്ത്ന് ഇങ്ങനെ അലറി വിളിക്ക്ന്ന് മോളെ? എന്ത് ആമ്പല്? ഏത് പെണ്ണ്? നീ സ്വപ്നം കണ്ടതാന്ന് നന്ദിനി' ഞാനന്നേരം പറഞ്ഞതാണ് വേണ്ടാത്ത പണിയൊന്നും ചെയ്യണ്ടാന്ന്. ആര് കേക്കാൻ? യശോദേട്ടത്തി നന്ദിനിയുടെ കൈപിടിച്ച് ചൂരൽ കസേരയിലിരുത്തി. വെള്ളം കൊടുത്തു. നന്ദിനി ശരിയായ ബോധത്തിലെത്തിയ ശേഷം യശോദേട്ടത്തി ചോദിച്ചു. ആ വീട്ടിൽ നീ ആരെയെങ്കിലും ഇതുവരെ കണ്ടിനാ...?

'വെറുതെ, എല്ലാം വെറുതെ.' സാങ്കല്പിക കഥകളാണ് ഇതെല്ലാം. വെറുതെയുള്ള നുണക്കഥ.

♦

അനു

ഉഷ്ണം കൊണ്ട് സഹിക്കാൻ കഴിയുന്നില്ല. സൂര്യൻ ഇന്നത്തെ ദൗത്യം നിർത്തി, ഒരു പിടി ആയുസ്സുമായി പോകുമ്പോൾ ഒരു കനൽ കട്ട വച്ചിട്ട് പോയാപ്പോലെ . തിരിഞ്ഞു മറിഞ്ഞും കിടന്നിട്ടും ഉറക്കം വരുന്നില്ല. പുറത്ത് നിന്ന് വല്ലപ്പോഴും വീശുന്ന തണുത്ത കാറ്റിനെപോലും ചൂടാക്കിക്കൊണ്ട് ഫാൻ ശക്തിയിൽ കറങ്ങുന്നുണ്ട് . ആരുടെയൊക്കെയോ അടക്കിപ്പിടിച്ച സംസാരം കേൾക്കാമായിരുന്നു. അതിനിടയിൽ മാളു അമ്മായി വാതിൽ വന്ന് ഉറക്കെ ചോദിച്ചു. അനു, നീ കെടന്നുവോ? എന്തെ നീ ചോറുണ്ണാത്തത്?

അടുത്ത വാക്ക് വരല്ലേ എന്ന് പ്രാർത്ഥിച്ചു കൊണ്ട് അവൾ, ഉടനെ മറുപടി പറഞ്ഞു. എനിക്ക് ചോറ് വേണമെന്ന് തോന്നുന്നില്ല. അതെന്തെ? മാളു അമ്മ, മുഖം അല്പം താഴ്ത്തി കുറച്ചു കൂടെ അടുത്തേക്ക് ചെന്ന് ചോദിച്ചു, സാധാരണ പതിവില്ലാത്തതാണ് അവളുടെ ആരോഗ്യാന്വേഷണം.

നേരത്തേ തോന്നിയതാണ്, എന്തൊ കാര്യമായ സംസാരം ഇവിടെ നടക്കുന്നുണ്ടെന്ന്. അല്ലെങ്കിൽ എന്നും ശാപ വാക്കുകൾ മാത്രം പറയുന്ന നാവിൽ നിന്നും ഇങ്ങനെയൊരു നല്ല പെരുമാറ്റം. അതിൽ തന്നെ പന്തികേടുണ്ടെന്ന് അവൾക്ക് തോന്നി, കുറേ ദിവസങ്ങൾക്ക് ശേഷം, ഇന്ന് വഴിയിൽ വച്ച് അവിചാരിതമായിട്ടാണ് പ്രവീണിനെ കണ്ടത്. കണ്ണിലേക്ക് കുതിച്ച് വരുന്ന ഉച്ചവെയിലിനെ കണ്ണ് ചുളിച്ച് പ്രതിരോധിക്കുമ്പോൾ മുന്നിൽ ഒരാൾ മുറിയേ വന്ന് ബൈക്ക് നിർത്തി, ഹെൽമറ്റ് ,എടുത്ത് മാറ്റിയപ്പോഴാണ് ആളെ മനസിലായത്.

ഒരു മുന്നറിയിപ്പും ഇല്ലാതെ നിർവാജ്യമെന്നപോലെ അവൻ ചോദിച്ചു. ടോ! ഒരു കല്യാണമൊക്കെ തീരുമാനിച്ചാൽ ഒന്ന് പറഞ്ഞു കൂടെ?

ആ ചേദ്യം കേട്ടപ്പോൾ അവൾ അന്ധാളിച്ചുപ്പോയി. കല്യാണമോ? ഞാൻ അറിയാത്തകല്യാണം

നിന്നോട് എങ്ങിനെ പറയാൻ? അല്പ്പം നീരസത്തോടെയാണ് അവൾ പറഞ്ഞത്.

പ്രവീൺ പറഞ്ഞത് അവൾ ആദ്യം അത്ര കാര്യമാക്കിയില്ല. അവൻ

പണ്ടേ അങ്ങിനെയാണ്. പണ്ട് ക്ലാസ്സിൽ വച്ചുണ്ടായ സംഭവം അവൾ ഓർത്തു. 'വിധയുമായി' കൊടിയ പ്രണയത്തിലായിരുന്നു പ്രവീൺ. ഒരു ദിവസം അവന്റെ ബുക്കിൽ നിന്നു വിധയുടെ ഫോട്ടോ, ലീല ടീച്ചർക്ക് കിട്ടി. ടീച്ചറ് പൊതുവേ ഒരു കരുണയില്ലാത്ത സ്വഭാവക്കാരിയാണ്. ഫോട്ടോ കണ്ട ഉടനെ രോഷാകുലയായി പ്രവീണിന്, ശിക്ഷ നൽകി. ഫോട്ടോയുമായി പ്രിൻസിപ്പാളിനെ കാണാതെ ക്ലാസ്സിൽ കയറ്റില്ലാന്ന്, പറഞ്ഞു ഉടനെ അവൻ അടവെടുത്തു .ടീച്ചറിന്റെ മുന്നിൽ വളരെ വിനയത്തോടെ, സങ്കടഭാവത്തോടെ നിന്ന് കയ്യുടെ വിരകൾ തിരുമ്മിക്കൊണ്ട് പറഞ്ഞു. ടീച്ചറേ ഞാൻ എന്ത് തെറ്റാ ചെയ്തത്.

ജവഹർലാൽ നെഹ്റു പ്രണയിച്ചില്ലെ? പ്രണയിക്കുന്നത് ഇത്ര വലിയ തെറ്റാണെന്ന് എനിക്കറിയുമായിരുന്നില്ല. എന്നോട് മാപ്പാക്കണം ടീച്ചറേ. നിഷ്കളങ്കമായ ആ വാക്കിൽ ടീച്ചറങ്ങ് അലിഞ്ഞ് പോയിരുന്നു.

പണ്ടേ അവനെല്ലാം തമാശ രൂപത്തിലാണ് അവതരിപ്പിക്കുക. ഉള്ളിലേ ഒരു പ്രശ്നവും പുറത്ത് കാണിക്കാത്ത പ്രകൃതക്കാരനാണ്. അവന് എല്ലാം തമാശയായിരുന്നു. അവൻ പറഞ്ഞ വാക്കിൽ, വാസ്തവമുണ്ടെന്ന് പിന്നീടാണ് മനസ്സിലായത്.

മാളുഅമ്മായി പോയ ഉടനെ വാതിൽ അകത്തു നിന്ന് ടവർബോൾട്ടിട്ടും ആ പഴയരക്തക്കറയുള്ള ചൂരൽ കാട്ടിലേക്ക് കുറച്ച് സമയം നോക്കി ഇരുന്നു.അത് അനങ്ങുന്നപോലെ തോന്നി.അതിന് പറയാനുണ്ടാവും ആ പഴയ സൂക്കേടു കാരിയുടെ കഥ .

രാത്രി കൂടുതൽ കറുത്തിരിക്കുന്നു. വെള്ളിക്കല്ലുള്ള മുക്കുത്തിയിട്ട് ഒരു കരിനാഗത്തെ പോലെയുള്ള ആകാശം. ഗോപിനാഥൻ നായരുടെ വാക്കുകൾ വളരെ സ്പഷ്ടമായി കാതിലേക്ക് തുളച്ചുകയറി.നാളെ എല്ലാം തീരുമാനിക്കണം

എന്തെങ്കിലും കുറച്ചു സ്വർണാമറ്റം കൊടുത്ത്, 'ഈടന്ന് ഒഴിവാക്കാൻ നോക്കണം.' അല്ലാണ്ട് ഈ 'പിരാന്തിന്റെ മോളെ' അതൊന്നും പറ്റില്ല. ഈടാ അവസാന തീരുമാനം പോലെ സഭ പിരിഞ്ഞു.

അവളുടെ കണ്ണുകളിലൂടെ നദികൾ ചാലുകളായി ഒഴുകി. ഗോപാലപുരം അമ്പലത്തിൽ, ഈയ്യട തൊഴാൻ പോയപ്പോൾ ബാലാമണി വാര്യസ്യാർ, നാടിന്റെ, സകല സൗന്ദര്യവും ആവാഹിച്ച് നിൽക്കുന്ന അമ്പലക്കുളത്തിന്റെ കടവിലിരുന്ന് പറഞ്ഞു.

കുന്തി ഒഴുക്കി വിട്ട കൂട ഗംഗാ സംഗമം കടന്ന് ചമ്പാപുരിയിൽ എത്തിപ്പോൾ അധിരഥൻ പത്നീ സമേതനായി നദിക്കരയിലെത്തിയിരുന്നു. ഗംഗാതരംഗങ്ങളിൽ കരയോടടുത്തപ്പോൾ രാധ അധീരഥനെക്കൊ

ണ്ട് ആ കൂടയെടുപ്പിച്ചു.

ഇവിടെ ഒരു രാധയുമില്ല രക്ഷിക്കാൻ എന്ന് ഓർമ്മ വേണം . ഇനിയും ഒരു സുകേട്കാര്യേ 'സൃഷ്ടിക്കരുത് ആരും'. ആ വാക്കുകൾ. ഇരുണ്ട രാത്രിയിലെ പുറത്തെയിലകളുടെ കറുത്ത നിഴലിൽ ചാഞ്ഞു നിന്നു. 'ആകാശത്തിലെ വെള്ളിക്കല്ലുള്ള സർപ്പം ചോദിച്ചു ആർക്കായിരുന്നു ഭ്രാന്ത്?'

♦

തനിയെ

അവൾ മുന്നോട്ട് തന്നെ നടക്കുകയായിരുന്നോ? അതും ഈ കൂരിരുട്ടിൽ ! ഇതുവഴി ? 'എത്ര പേടിത്തൊണ്ടിയായിരുന്നു ഇവൾ'. അന്നത്തെ ആദിവസം അവൾ ഭയചകിതയായി ഓടിയ ആ ദിവസം ഇന്നലകളിലെ ഓർമ്മ ളുടെ തേങ്ങുന്ന പ്രവാഹം പോലെ എന്റെ മനസ്സിലേക്ക് ഓടി വന്നു.

ചെറിയ ചാറ്റൽ മഴയുള്ള സന്ധ്യ.

മഴക്കാലമായതുകൊണ്ട് മഴ മാക്രികൾ പല താളത്തിലും മേളവാദ്യോപകരങ്ങൾ ക്കൊണ്ട് ഇരുളാൻ പോകുന്നതിനു തൊട്ടുമുള്ള അരുണ വർണ്ണമുടിയുള്ള നർത്തകിയുടെ നൃത്തത്തിന് താളം പിടിക്കുന്ന പോലെയുള്ള ആരവം. കീരാകുരുക്കകൾ രാത്രിയെ വിളിക്കാൻ തുടങ്ങിയതേയുണ്ടായിരുന്നുള്ളൂ .ഇരുൾ മൂടി വരുന്നതേയുള്ളു . കുമാരക്കുറുപ്പിന്റെ റേഷൻ ഷോപ്പിന്റെ അടുത്തുള്ള, രാഘവേട്ടന്റ പിടികയിൽന്ന്, സാധനം മേടിച്ചിട്ടു വരുമ്പോ ആരു ഇല്ലാത്ത, തെക്കെ ഇടവഴിയിലെത്തുമ്പോൾ. 'എൻറമ്മോ ന്ന് ' പറഞ്ഞ് പേടിച്ചോടിയത്: ഇന്നലത്തെ പോലെ തോന്നുന്നു.

ഒരു ഉത്രാട ദിവസമാണ് അവളെ ആ വീടിന്റെ മുറ്റത്ത് ആ മധ്യവയസ്കയായ സ്ത്രീ കൊണ്ട് വന്ന് ആക്കിയിട്ട് പോയത്. ഇന്നും നാട്ട്കാരുടെ മനസ്സീന്ന് അത് മാഞ്ഞിട്ടുണ്ടാവുമോ? ആ പച്ച തൊടിയിലേ ഇത്തിൾ പോലെ അവളും വളർന്നു എന്ന് പറയുന്നത് നല്ലത്. അധികം ആരോടും സംസാരിക്കാത്ത പ്രകൃതക്കാരിയായിരുന്നു അവൾ. എന്തോ അങ്ങനെയായിരുന്നു അവൾ.

ഒരിക്കൽ പിന്നിലെ വീട്ടിലെ ശാരദേച്ചിയുടെ മോളുടെ കല്യാണത്തിന് പോയപ്പാൾ ദേവകി ഇളയമ്മയുടെ വകയിലെ പരിഷ്കാരിയായ അനിയത്തിടെ മോള് രേണുക എന്തോ വേണ്ടാതീനം കാണിച്ചതിന് ഈ 'അസത്തിന്റെ കൂടെ കൂടിയിട്ട ഇത്ര നല്ല കുഞ്ഞി 'ഇങ്ങനെ ആയത് എന്ന് പറഞ്ഞ് ഒരു പാട് പഴിച്ചു ഈ പെണ്ണിനെ. അവൾ മാറി നിന്ന് കരഞ്ഞതേയുള്ളൂ.

എല്ലാ വർഷവും തുലാമാസം തറവാട്ടിലെ പരദേവതയേക്കാണാൻ

അവളും നേരത്തേ വരും. കുഞ്ഞുനാളില് ഞങ്ങളെല്ലാം ഒരുമിച്ച് കളിക്കുമ്പോഴും ഞങ്ങളോടൊപ്പം കൂടുമായിരുന്നു അവള്. സുനന്ദയും സുഭാഷിണിയും മുകേഷും പ്രദേഷും മുകന്ദനും ഒക്കെ . ഓല കൊണ്ടും മറ്റും പല തോരണങ്ങളും പന്തും കളി സാധനങ്ങളും ഒക്കെ ഉണ്ടാക്കും. തിരിയോലയും കാർഡ് ബോഡും കൊണ്ട് കുളിയനെ കെട്ടി കളിക്കും. ഇതു കാണുമ്പോൾ കണാരൻ കാരണവർക്ക് ദേഷ്യം വരും. അപ്പോ ഞങ്ങളെല്ലാം ഒരോ ഭാഗത്തേക്ക് ഓടി ഒളിക്കും. അപ്പോഴും അവൾ ഇരുട്ടിലൊളിക്കാൻ വരില്ല. ഒഴിവു ദിവസങ്ങളിൽ തറവാട്ടിന് മുറ്റത്താണ് ഞങ്ങളുടെ താവളം. എല്ലാവരുംബഹളം വച്ച് കളിക്കുമ്പോൾ മാധുരിയേട്ടത്തി വിളിച്ച് പറയും. എന്തേ കുഞ്ഞളെ.. നിങ്ങളിങ്ങനെ ഒരുമ്പട്ടിന് ? ഇത് പെരുദേവതയുടെ കൊട്ടിലല്ലെ .? ചെവ്വാഴ്ചയും വെള്ളിയാഴ്ചാന്നും ഇല്ലെ നിങ്ങക്ക്.? അപ്പോഴെയ്ക്കും പേടിപ്പിക്കാനായി സുനന്ദയുടെ ഏട്ടൻ പറയും. അയ്യോ ! അയിലൂടെ ഒരു നിഴല്കണ്ടു. ‘അത് ദേവി കോപിച്ച് ഇളകി വന്നതാണ് എന്ന്. എല്ലാവരും പുറത്തേക്ക് ഓടി ഇറങ്ങും. അവൾക്കായിരുന്ന അപ്പോഴും കൂടുതൽ ഭയം. അനങ്ങാൻ പറ്റാതെ ഞങ്ങളുടെ ആരുടെ എങ്കിലും ഉടുപ്പിൽ പിടിച്ച് കരയും.

ആരും ശ്രദ്ധിക്കാത്ത അവളെ എല്ലാവരും ശ്രദ്ധിക്കുന്ന നിമിഷങ്ങളായിരുന്നു അത്. ആ അവളിപ്പോൾ ഇപ്പോ നോക്ക്! കൂരിരുട്ടിന്റെ അടയാളങ്ങൾ ചിലങ്കയണിയുന്ന ഈ പേടിപ്പെടുന്ന സ്ഥലത്തു കൂടെ ഇവൾ എങ്ങോട്ടാണ് പോകുന്നത്. ഇവൾക്ക് ഒരു പേടിയുമില്ലെ?

♦